BRAUÐBASTURBÓKIN FYRIR BYRJANDI

100 ótrúlegar uppskriftir með myndum í fullum lit til að seðja forvitni þína og verða meistari í listinni að baka brauð

Harpa Sigurjónsdóttir

Allur réttur áskilinn.

Fyrirvari

Upplýsingunum sem er að finna í þessari rafbók er ætlað að þjóna sem alhliða safn aðferða sem höfundur þessarar rafbókar hefur rannsakað. Samantektir, aðferðir, ábendingar og brellur eru aðeins ráðleggingar frá höfundi og lestur þessarar rafbókar mun ekki tryggja að niðurstöður manns muni nákvæmlega endurspegla niðurstöður höfundar. Höfundur rafbókarinnar hefur lagt allt kapp á að veita lesendum rafbókarinnar núverandi og nákvæmar upplýsingar. Höfundur og félagar hans munu ekki bera ábyrgð á óviljandi villu eða vanrækslu sem kunna að finnast. Efnið í rafbókinni getur innihaldið upplýsingar frá þriðja aðila. Efni frá þriðja aðila samanstanda af skoðunum frá eigendum þeirra. Sem slíkur tekur höfundur rafbókarinnar ekki ábyrgð eða ábyrgð á efni eða skoðunum þriðja aðila. Hvort sem það er vegna framfara internetsins, eða ófyrirséðra breytinga á stefnu fyrirtækisins og leiðbeiningum um ritstjórn, getur það sem fram kemur sem staðreynd þegar þetta er skrifað orðið úrelt eða óviðeigandi síðar.

Rafbókin er höfundarrétt © 202 2 með öllum rétti áskilinn. Það er ólöglegt að endurdreifa, afrita eða búa til afleitt verk úr þessari rafbók í heild eða að hluta. Enga hluta þessarar skýrslu má afrita eða endursenda á nokkurn hátt afrita eða endursenda á nokkurn hátt án skriflegs og undirritaðs leyfis höfundar.

EFNISYFIRLIT

- EFNISYFIRLIT 3
- INNGANGUR 8
- SÚRDEIGSBRAUÐ 10
  - 1. Hafrasúrdeig 11
  - 2. Kartöflusúrdeig 13
  - 3. Linsubaunasúrdeig 15
  - 4. Italiano 18
  - 5. Rósmarínbrauð 21
  - 6. Ostur og sesambrauð 24
  - 7. Súrdeigsbrauð með grænu tei 27
  - 8. Enskt hveitisúrdeigsbrauð 29
  - 9. Gulrótarbrauð 32
  - 10. Ólífubrauð 35
  - 11. Hafrabrauð 38
  - 12. Linsubrauð 40
  - 13. Sæt Karlsbad brauð 42
  - 14. Gugelhupf 45
  - 15. Brioche 48
  - 16. Hveitibollur 51
- RÚGBRAUÐ 54
  - 17. Rúgbrauð 55
  - 18. Levain 57
  - 19. Rye Ciabatta 60
  - 20. Franskt bændabrauð 63
  - 21. Heslihnetubrauð 66

22. Rússneskt sætabrauð 69
23. Danskt rúgbrauð 71
24. Valhnetubrauð 74
25. Speltbrauð með appelsínu 77
26. Anísbrauð 80
27. Sólblómabrauð 83
28. Bjórbrauð 86
29. Stökkt rúgbrauð 89
30. Bragðgott stökkt brauð 91
31. Þunnar kex 94
32. Kartöflubrauð 96

STAFTABRAUÐ 99

33. Speltsúrdeig 100
34. Gails hrísgrjón og speltmjölsbrauð 103
35. Speltgerbrauð 106

GRILLBRAUÐ 109

36. Beikon cheddar grillað brauð 110
37. Peperonata grillað brauð 112
38. Grillað brauð með tómötum 115
39. Grillað brauð og tómatar 117
40. Grillað brauð og guacamole 119
41. Grillað brauð með andafitu 121
42. Grillað brauð með eggaldin 123
43. Grillað kardimommum Nan brauð 126
44. Grillað cheddar rúsínubrauð 129
45. Grillað ostabrauð gleði 131
46. Grillaðar kartöflukökur 133
47. Grillaðar franskar rúllur 136

48. Spam grilluð ostahetja	138
49. Grillaður Panini	140
50. Grillað búgarðsbrauð	143
51. Kryddlauksgrillbrauð	145
52. Pipargrillað hvítlauksbrauð	148
53. Sofrito grillað brauð	150
54. Grillað porcini með eggjarauðum	152
55. Grill maísbrauð	154

BRIOCHE 156

56. Amerískur brioche	157
57. Fléttur brioche	161
58. Ávaxta- og hnetubríó	165
59. Vanillu brioche	168
60. Kartöflu „brioches"	172

PÍTUBRAUÐ 175

61. Grunnpíta	176
62. Nautapíta	179
63. Gullpítubrauð	184
64. Heimagerð grísk píta	187

FOCACCIA 191

65. Epli focaccia	192
66. Basic focaccia	197
67. Basil spíral focaccia	201
68. Brauðvél focaccia	205
69. Ostur focaccia	208
70. Easy herb focaccia	211
71. Focaccia-grænmetisæta	214
72. Herbed laukfocaccia	216

SPRÍTABRAUÐ **219**

    73. Graskerfræ alfalfa spíra brauð 220
    74. Spírabrauð 222
    75. Hveitispírabrauð 225

FLATBRAUÐ **228**

    76. Spínatfyllt brauð 229
    77. Ost- og jurtaflatbrauð 232
    78. Skörpótt maísflatbrauð 235
    79. Epíópískt flatbrauð (injera) 238
    80. Ítalskt flatbrauð (focaccia) 241

TORTILLAS **244**

    81. Blámaís tortillur 245
    82. Ostur og maístortillur 249
    83. Maís tortillur 252
    84. Fitulausar hveiti tortillur 255
    85. Heimagerðar hveiti tortillur 258
    86. Fitulítil tortilla flögur 261
    87. Spænsk tortilla 263
    88. Heilhveiti tortillur 265

KORNBAUÐ **268**

    89. Appalachian maísbrauð 269
    90. Blá maísbrauð 272
    91. Ostakornbrauð 275
    92. Karabíska habanero maísbrauð 278
    93. Gulrótarmaísbrauð 281
    94. Spergilkál maísbrauð 284
    95. Basil maísbrauð 286

96. Grunnkornabrauð 289
97. Chile ostur maísbrauð 291
98. Svartur pipar maísbrauð 294
99. Svart pönnu maísbrauð 297
100. Appalachian maísbrauð 300

NIÐURSTAÐA 303

KYNNING

Hvað er brauð?

Brauð er virkilega einfaldur matur sem hefur verið borðaður í gegnum tíðina. Allt frá því að Egyptar til forna uppgötvuðu það, til breskra bænda sem komu sameiginlega með deigið sitt í bakaríið á staðnum og ollu jafnvel þjóðarbyltingu í Frakklandi. Brauð er mikilvægur en samt ljúffengur matur sem er vinsæll.

Hvernig býrðu til brauð?

Brauðuppskriftir er hægt að gera með lágmarks innihaldsefnum: venjulega ger; hveiti eða ekki hveiti (eða glútenlaus staðgengill); vatn eða annar vökvi; og, valfrjálst, salt. Á þennan stutta lista geta uppskriftir innihaldið ýmis áhugaverð hráefni sem bætt er við uppbyggingu deigsins, svo sem egg, mjólk, smjör, bragðefni og ekki hveitikorn. Öðrum er hægt að bæta við eftir að uppbygging deigsins hefur myndast, eins og fræ, hnetur eða þurrkaða ávexti, til að búa til þúsundir einstakra afbrigða. Þessi innihaldsefni eru gefin upp sem prósentuhlutfall af hveiti, með Baker's Percentage Method eða einfaldlega eftir þyngd og/eða rúmmáli.

Hvaðan kom brauð?

Sagan segir að í Egyptalandi til forna hafi blautt hveiti verið skilið eftir á heitum steini, líklega óvart. Nokkrum klukkustundum síðar kom bóndinn aftur og fann að blandan hafði hækkað. Egyptar gerðu tilraunir með að baka og bæta við salti til að búa til fyrstu brauðuppskriftirnar. Elstu merki um brauð eru dagsett til um 9500 f.Kr.

Vitað er að hveiti og annað korn var ræktað um þetta leyti. Menn voru fullvissir um að elda með eldi á þessum tíma, því við myndum búast við að verið væri að framleiða einhvers konar brauð eða snúða, hins vegar hefur það ekki 100% sannað.

Viðskiptabakarí fundust í Grikklandi allt aftur til 1700 f.Kr. Það er áhugaverð grein á The Spruce Eats ef þú hefur áhuga á að fræðast meira um brauðsögu.

Súrdeigsbrauð

1. Hafrar súrdeig

Hráefni

- 1 bolli (200 ml) hafrar
- ¼ bolli (50 ml) vatn, stofuhita
- 2 epli, afhýdd og rifin

Leiðbeiningar

a) Blandið höfrunum saman í blandara þar til þeir ná svipaðri þéttleika og hveiti.

b) Blandið hráefninu saman og látið standa í 2-4 daga í glerkrukku með þéttloku loki. Hrærið á morgnana og á kvöldin.

c) Forrétturinn er tilbúinn þegar blandan byrjar að freyða. Frá þessum tímapunkti er allt sem þú þarft að gera að „fæða" deigið svo það haldi bragði og gerjunargetu. Ef þú skilur súrdeigið eftir í kæli, ættirðu að gefa því einu sinni í viku ½ bolla (100 ml) vatn og 1 bolla (100 g) haframjöl. Ef þú geymir súrdeigið við stofuhita ætti það að gefa það á hverjum degi, á sama hátt. Samkvæmdin ætti að líkjast þykkum graut.

d) Ef þú átt súrdeig afgang geturðu fryst það í ílátum sem rúma hálfan bolla.

2. Kartöflusúrdeig

Hráefni

- 2 meðalstórar kartöflur, skrældar
- 1 tsk hunang
- 1 msk speltmjöl, sigtað

Leiðbeiningar

a) Hrærið kartöflurnar saman þar til þær líkjast grjónagraut. Hrærið hunangi og speltmjöli saman við.

b) Geymið blönduna í krukku með þéttu loki. Hrærið á morgnana og á kvöldin.

c) Þetta súrdeig tekur yfirleitt aðeins lengri tíma að búa til en önnur, en það er svo sannarlega þess virði að auka tíma. Það mun taka 5-7 daga áður en það er búið.

d) Forrétturinn er tilbúinn þegar blandan byrjar að freyða. Frá þessum tímapunkti er allt sem þú þarft að gera að „fæða" deigið svo það haldi bragði og gerjunargetu.

3. Linsubaunasúrdeig

Hráefni

Dagur 1

- ½ bolli (100 ml) þurrkaðar grænar linsubaunir
- ½ bolli (100 ml) vatn, stofuhita
- 1 msk speltmjöl, sigtað

Dagur 2

- ½ bolli (100 ml) vatn, stofuhita

Leiðbeiningar

a) Blandið linsunum saman með handþeytara þar til þær fara að líkjast hveiti. Bætið við vatni og speltmjöli.

b) Hellið blöndunni í krukku með þéttu loki.

c) Bætið vatninu við. Blandið vel saman og látið standa í glerkrukkunni í 2-4 daga. Hrærið á morgnana og á kvöldin. Forrétturinn er tilbúinn þegar blandan byrjar að freyða. Frá þessum tímapunkti er allt sem þú þarft að gera að „fæða" deigið svo það haldi bragði og gerjunargetu.

d) Hyljið botninn á glerkrukku með lífrænum rúsínum. Bætið við volgu vatni þannig að næstum tveir þriðju hlutar krukkunnar fyllist. Festið með þéttu loki.

e) Látið krukkuna standa við stofuhita í um 6-7 daga þar til áberandi gerbólur koma fram. Upphafsferlið getur verið mismunandi eftir hitastigi herbergisins.

f) Hrærið í blöndunni. Sett í loftþétta krukku og látið standa í 3 daga við stofuhita.

g) Þú getur líka þurrkað súrdeigið þitt. Setjið bökunarpappír á bökunarplötu. Hyljið það með þunnu lagi af súrdeigsstartinum (1-2 mm). Settu það í ofninn og kveiktu á ofnljósinu. Látið standa í ofninum þar til súrdeigið hefur þornað alveg (þetta tekur á milli tólf og tuttugu klukkustundir). Myljið síðan þurra deigið, setjið það í krukku og hyljið með loki. Geymið krukkuna við stofuhita í þurru umhverfi.

h) Þegar þú ert tilbúinn að baka skaltu blanda nokkrum matskeiðum af þurru deiginu saman við 1 bolla (200 ml) vatn og $1\frac{1}{2}$ bolla (200 g) hveiti. Daginn eftir færðu „virkjaðan súrdeigsforrétt".

4. Italiano

Gerir 3 brauð

Hráefni

Dagur 1

- ⅔ bolli (150 g) vatn, stofuhita
- 2 bollar (250 g) hveiti
- 1 ¾ tsk (5 g) ferskt ger

Dagur 2

- 9 bollar (1,1 kg) hveiti
- 2 bollar (500 ml) vatn, stofuhita
- 12 únsur. (350 g) hveitisúrdeigsforréttur
- ½-1 matskeiðar hunang
- ½ matskeiðar (10 g) salt

Leiðbeiningar

a) Blandið hráefninu vel saman. Látið deigið hefast í kæliskáp í um 12 klst.

b) Bætið öllu hráefninu nema saltinu í deigið sem var útbúið daginn áður. Hnoðið þar til það er teygjanlegt og saltið bætt út í.

c) Skiptið deiginu í þrjá hluta og mótið hringlaga brauð. Dýfið brauðunum varlega í hveiti og setjið á smurða ofnplötu.

d) Látið brauðin hefast í kæliskáp í um 10 klst.

e) Bakið brauðin við 475°F (240°C) í 25-30 mínútur.

5. Rósmarín brauð

Gerir 1 brauð

Hráefni

- 3 únsur. (80 g) hveitisúrdeigsforréttur
- 2 bollar (250 g) hveiti
- ½ bolli (125 ml) vatn, stofuhita
- 3½ tsk (10 g) ferskt ger
- 1 tsk (5 g) salt 1 msk ólífuolía ferskt rósmarín

Leiðbeiningar

a) Blandið öllu hráefninu, nema olíunni og rósmaríninu, þar til þú hefur slétt deig. Látið hefast í 20 mínútur.

b) Fletjið deigið út og mótið það í ferhyrning sem er um það bil 3 mm á þykkt.

c) Penslið með ólífuolíu. Saxið rósmarínið og stráið ofan á deigið. Rúllaðu síðan deiginu upp frá skammhlið rétthyrningsins. Festið endana.

d) Látið brauðið hefast í um 30 mínútur og skerið djúpan skurð í miðju deigrúllunnar þannig að öll lögin sjáist. Látið hefast í 10 mínútur í viðbót.

e) Upphafshiti ofnsins: 475°F (250°C)

f) Settu brauðið í ofninn. Stráið bolla af vatni á botn ofnsins. Lækkið hitann í 400°F (210°C) og bakið í um það bil 20 mínútur.

g) Penslið deigið með olíu og dreifið rósmaríninu jafnt ofan á.

h) Rúllaðu deiginu upp. Klípið endana saman.

i) Skerið brauðið yfir eftir að það hefur lyft sér.

6. Ostur og sesambrauð

Gerir 3 brauð

Hráefni

Dagur 1

- 8½ oz. (240 g) hveitisúrdeigsforréttur
- 1½ bolli (350 ml) vatn, stofuhita
- 1½ bolli (200 g) durum hveiti
- 1½ bolli (200 g) hveiti

Dagur 2

- 1 matskeið (15 g) salt
- 2¼ bolli (250 g) rifinn ostur, eins og svissneskur eða Emmental
- ½ bolli (100 ml) ristað sesamfræ
- 3⅔ bollar (400 g) hveiti (magnið er mismunandi eftir osti sem notaður er) ólífuolía í skálina

Leiðbeiningar

a) Blandið hráefninu vandlega saman og látið hefast í kæli í um 12 klst.

b) Takið deigið úr kæli með góðum fyrirvara til að tryggja að það sé ekki of kalt. Bætið salti, osti, sesamfræjum og hveiti út í. Því þurrari sem osturinn er, því minna hveiti þarftu. Blandið vel saman og látið hefast í smurðri hrærivélarskál sem er þakið álpappír þar til deigið hefur tvöfaldast að stærð.

c) Dreifið deiginu varlega út á borð og skerið það í þriðju. Mótaðu varlega í kringlótt brauð. Setjið brauðin á smurða ofnplötu og látið brauðið hefast í um það bil 30 mínútur.

d) Upphafshiti ofnsins: 450°F (230°C)

e) Settu brauðið í ofninn og lækkaðu hitann í 400°F (210°C). Bakið í um 30 mínútur.

f) Ristið sesamfræin á þurri pönnu. Látið sesamfræin kólna áður en deigið er blandað saman.

g) Þegar deigið er tilbúið, mótið varlega í kringlótt brauð.

h) Eftir að brauðin hafa lyft sér í þrjátíu mínútur skaltu hveiti og skera varlega ofan á brauðin áður en þau eru sett í ofninn.

7. Súrdeigsbrauð með grænu tei

Gerir eitt brauð

Hráefni

- 1 bolli (250 ml) sterkt grænt te, volgt
- 7 únsur. (200 g) hveitisúrdeigsforréttur
- 1 matskeið (15 g) salt
- 5 bollar (600 g) hveiti ólífuolía fyrir skálina

Leiðbeiningar

a) Blandið hráefninu saman og hnoðið vel. Látið deigið hefast í smurðri og þakinni skál í 1 klst.

b) Hellið deiginu varlega á bökunarborð. Það ætti að renna aðeins út.

c) Brjótið brauðið varlega saman og setjið það á smurða bökunarplötu. Látið hefast í 30 mínútur í viðbót.

d) Upphafshiti ofnsins: 475°F (250°C)

e) Setjið brauðið í ofninn og stráið bolla af vatni á botn ofnsins. Lækkið hitastigið í 400°F (200°C).

f) Bakið brauðið í um 25 mínútur.

8. Enskt hveitisúrdeigsbrauð

Gerir 1 brauð

Hráefni

- ¾ oz. (20 g) ferskt ger
- 1¼ bolli (300 ml) vatn, stofuhita
- 5½ bollar (650 g) heilhveiti
- 5 únsur. (150 g) hveitisúrdeigsforréttur
- 1 matskeið (15 g) salt
- 1 matskeiðar hrásykur
- ¼ bolli (50 ml) ólífuolía
- bráðið smjör til að pensla

Leiðbeiningar

a) Leysið gerið upp í smávegis af vatninu. Blandið öllu hráefninu vandlega saman og hnoðið vel. Ef þú þarft meira vatn en tilgreint er skaltu prófa að bæta við smá í einu. Magnið er aðeins áætluð, þar sem viðbragð hveitisins getur verið mismunandi.

b) Mótið hnoðaða deigið í brauð og látið hefast þar til það hefur tvöfaldast að rúmmáli, um 45-60 mínútur.

c) Penslið smá bræddu smjöri ofan á brauðið áður en það er sett í ofninn.

d) Setjið brauðið í ofninn og stráið bolla af vatni á botn ofnsins. Lækkið hitastigið í 400°F (200°C).

e) Bakið brauðið í um 30 mínútur.

9. Gulrótarbrauð

Gerir 2-3 brauð

Hráefni

- ½ bolli (100 ml) mjólk, stofuhita
- 1¾ teskeiðar (5 g) ferskt ger
- 1 matskeið (15 g) salt
- 3¾ bollar (450 g) hveiti, heilhveiti
- 1 bolli (100 g) hafrar
- 5 únsur. (150 g) hveitisúrdeigsforréttur
- 1 bolli (200 ml) vatn, stofuhita
- 2 bollar (250 g) rifnar gulrætur

Leiðbeiningar

a) Blandið saman mjólkinni og gerinu. Blandið öllu saman, nema gulrótunum. Hnoðið deigið í um 10 mínútur. Bætið rifnum gulrótum út í og hnoðið aðeins meira.

b) Látið deigið hefast í 60-90 mínútur á heitum stað.

c) Upphafshiti ofnsins: 475°F (250°C)

d) Settu brauðin í ofninn og bakaðu í 10 mínútur. Lækkið hitann í 350°F (180°C) og bakið í um það bil 30 mínútur í viðbót.

e) Ristið hafrana á pönnu sem festist ekki.

f) Hnoðið deigið í um 10 mínútur. Bætið rifnu gulrótinni út í.

10. Ólífubrauð

Gerir 2 brauð

Hráefni

- 10½ oz. (300 g) speltsúrdeigsforréttur
- 6 bollar (600 g) speltmjöl, sigtað
- 1¼ bolli (300 ml) vatn, stofuhita
- 1 matskeiðar hunang
- 1 msk salt
- ⅔bolli (150 g) ólífur með gryfju, helst blanda af grænum og svörtum

Leiðbeiningar

a) Blandið öllu hráefninu nema ólífunum saman. Hnoðið vandlega. Deigið ætti að vera frekar „veikt". Fletjið deigið út í „köku" sem er 12 tommur (30 cm) í þvermál. Saxið helminginn af ólífunum. Bætið söxuðum ólífum út í og blandið heilu ólífunum saman við. Rúllið deiginu upp og látið hefast í 2-3 klst. Skerið deigið í 2 bita og mótið í brauð. Látið brauðin hefast í 20 mínútur í viðbót.

b) Upphafshiti ofnsins: 475°F (250°C)

c) Settu brauðið í ofninn og lækkaðu hitann í 400°F (200°C). Bakið í um 30-40 mínútur.

d) Brjótið deigið yfir ólífurnar.

e) Eftir að deigið hefur gerjast í 2-3 klukkustundir er deigið skorið í tvennt.

f) Mótið brauðið þannig að ólífublöndunni sé snúið út.

11. Hafrabrauð

Gerir 3 brauð

Hráefni

- 1 lota af hafrasúrdeigsstartara
- ½ bolli (125 ml) vatn, stofuhita
- ½ matskeiðar (10 g) salt
- 2 teskeiðar (15 g) hunang
- ca. 2½ bollar (300 g) hveiti
- nokkrir rúllaðir hafrar

Leiðbeiningar

a) Blandið öllu saman nema höfrunum og hnoðið vel saman. Látið deigið hefast í 2-3 klst.

b) Mótaðu deigið í þrjú kringlótt brauð. Penslið með vatni og dýfið brauðinu í höfrunga. Látið deigið hefast á smurðri ofnplötu í 45 mínútur í viðbót.

c) Bakið brauðin við 375°F (190°C) í um það bil 20 mínútur.

12. Linsubrauð

Gerir 1 brauð

Hráefni

- 1 lota af linsubaunasúrdeigsstartara
- ¼ bolli (50 g) ólífuolía
- 2 tsk (10 g) sjávarsalt
- ½ bolli (100 ml) vatn, stofuhita
- 2 bollar (250 g) hveiti

Leiðbeiningar

a) Blandið hráefninu saman og hnoðið vel. Ef deigið er of laust, bætið þá aðeins meira hveiti við. Setjið deigið í kæli yfir nótt.

b) Takið deigið út og hnoðið það aðeins meira. Mótaðu deigið í brauð og settu á smurða bökunarplötu.

c) Látið brauðið hefast í kæliskáp í um 12 klst.

d) Takið brauðið úr kæliskápnum og látið standa við stofuhita í 30 mínútur áður en það er sett í ofninn. Bakið brauðið við 400°F (200°C) í um það bil 30 mínútur.

13. Sæt Karlsbad brauð

Gerir um 30 bollur

Hráefni

- 1⅔ bollar (400 ml) mjólk, stofuhita
- 7 únsur. (200 g) hveitisúrdeigsforréttur
- 9 bollar (1 kg) hveiti
- 3½ matskeiðar (30 g) ferskt ger
- 1 bolli (250 g) smjör
- 1 bolli (200 g) sykur
- 6 eggjarauður
- ½ matskeiðar (10 g) salt
- 1 egg til að pensla

Leiðbeiningar

a) Blandið 1¼ bolla (300 ml) af mjólkinni saman við súrdeigið, helminginn af hveitinu og gerinu. Látið hefast í um 1 klst.

b) Bræðið smjörið og látið það kólna.

c) Blandið öllu hráefninu saman við deigið. Hnoðið deigið þar til það er slétt.

d) Mótaðu deigið í þrjátíu eða svo venjulegar bollur eða hálfmána og leggðu þær á smurða ofnplötu.

e) Látið hefast undir viskustykki þar til bollurnar hafa tvöfaldast að stærð.

f) Penslið bollurnar með þeyttu egginu. Bakið við 400°F (210°C) í um það bil 10 mínútur.

14. Gugelhupf

Gerir 1-2 kökur

Hráefni

Skref 1

- 1¾ teskeiðar (5 g) ferskt ger
- 1 bolli (250 ml) mjólk, stofuhita
- 3 bollar (375 g) hveiti
- 3½ oz. (100 g) hveitisúrdeigsforréttur

Skref 2

- 1 bolli (200 ml) mjólk, stofuhita
- 3¾ bollar (450 g) hveiti
- ½ bolli (100 g) sykur
- ¾ bolli (175 g) brætt smjör, kælt
- 3-4 egg börk úr 1 sítrónu 1 bolli (150 g) rúsínur flórsykur til skrauts

Leiðbeiningar

a) Leysið gerið upp í smá af mjólkinni. Bætið hinum hráefnunum saman við og blandið vel saman. Látið deigið hefast í 1-2 klst.

b) Bætið öllu hráefninu saman við deigið og blandið vel saman. Fylltu eina eða tvær smurðar og hveitistráðar 11 × 7 × 1 ½ tommu Bundt pönnur (1 ½ lítra) hálfa leið með deigi. Látið deigið hefast þar til það er um 30 prósent stærra, eða í 1 klst.

c) Bakið við 390°F (200°C) í 20-30 mínútur. Látið kökuna kólna áður en hún er tekin af forminu. Að lokum er flórsykrinum stráð yfir.

d) Blandið deiginu saman við hráefnin úr skrefi tvö og hrærið vel.

e) Fylltu smurðu og hveitistráðu formin hálfa leið með deigi.

f) Látið bökuðu kökuna kólna áður en hún er skorin í sneiðar.

15. Brioche

Gerir um 20 rúllur

Hráefni

- 3½ oz. (100 g) hveitisúrdeigsforréttur
- 3½ bollar (450 g) hveiti
- ⅔ bolli (75 ml) mjólk, stofuhita 5¼ teskeiðar (15 g) ferskt ger
- 5 egg
- ⅔ bolli (75 g) sykur
- 1½ matskeiðar (25 g) salt
- 1½ bolli (350 g) ósaltað smjör, mildað
- 1 egg til að pensla

Leiðbeiningar

a) Blandið súrdeiginu saman við helminginn af hveiti, mjólkinni og gerinu. Látið blönduna hefast í um 2 klst.

b) Bætið öllu hráefninu nema smjörinu saman við og blandið vel saman. Bætið síðan smjörinu út í smátt og smátt — um ¼ bolli (50 g) í einu. Hnoðið vel.

c) Hyljið með viskustykki og látið deigið hefast í um 30 mínútur.

d) Mótaðu í tuttugu litlar, sléttar bollur. Setjið þær í bollakökuform og látið hefast þar til þær hafa tvöfaldast að stærð. Penslið bollurnar með egginu.

e) Bakið brioche við 400°F (210°C) í um það bil 10 mínútur.

16. Hveitibollur

Gerir um 35 bollur

Hráefni

- 2 bollar (500 ml) mjólk, stofuhita
- 1¾ oz. (50 g) hveitisúrdeigsforréttur
- 9½ bollar (1¼ kg) hveiti
- 1 bolli (200 g) smjör
- ½ bolli (75 g) ferskt ger
- ½ bolli (165 g) hvítt síróp
- ½ oz. (15 g) maluð kardimommur
- 1 tsk (5 g) salt 1 egg til að pensla perlusykur til skrauts

Leiðbeiningar

a) Blandið 1⅔ bolla (400 ml) af mjólkinni saman við súrdeigið og helminginn af hveitinu. Látið hefast í um 1 klst.

b) Bræðið smjörið og látið kólna.

c) Leysið gerið upp í mjólkinni sem eftir er. Þegar það er tilbúið skaltu bæta öllu hráefninu í fyrsta deigið og blanda vel saman. Hnoðið þar til slétt.

d) Mótaðu deigið í þrjátíu og fimm bollur og settu þær á smurða bökunarplötu. Látið hefast undir viskustykki þar til þær hafa tvöfaldast að stærð.

e) Penslið bollurnar með þeyttu egginu og stráið smá perlusykri yfir. Bakið við 400°F (210°C) í um það bil 10 mínútur.

RÚGBRAUÐ

17. Rúgbrauð

Hráefni

- ¾ bolli (200 ml) vatn, stofuhita
- 2 bollar (200 g) fínmalað rúgmjöl
- ½ bolli (100 g) rifið epli, afhýtt

Leiðbeiningar

a) Blandið hráefninu saman og látið standa í 2-4 daga í glerkrukku með þéttloku loki. Hrærið á morgnana og á kvöldin.

b) Forrétturinn er tilbúinn þegar blandan byrjar að freyða. Frá þessum tímapunkti er allt sem þú þarft að gera að „fæða" deigið svo það haldi bragði og gerjunargetu. Ef þú skilur súrdeigið eftir í kæli, ættirðu að gefa því einu sinni í viku ½ bolla (100 ml) vatn og 1 bolla (100 g) rúgmjöl. Ef þú geymir súrdeigið við stofuhita ætti það að gefa það á hverjum degi, á sama hátt. Samkvæmdin ætti að líkjast þykkum graut.

c) Ef þú átt súrdeig afgang geturðu fryst það í ílátum sem rúma hálfan bolla eða láta hluta af því þorna.

18. Levain

Gerir 2 brauð

Hráefni

Dagur 1

- 3½ oz. (100 g) hveitisúrdeigsforréttur
- 1 bolli (200 ml) vatn, stofuhita
- 1¼ bolli (150 g) hveiti
- ½ bolli (50 g) óblandað rúgmjöl (þ.e. hveiti án hveiti) Blandið öllu hráefninu vel saman.

Dagur 2

- 2 bollar (450 ml) vatn, stofuhita
- 6 bollar (750 g) hveiti 4 teskeiðar (20 g) sjávarsalt

Leiðbeiningar

a) Setjið deigið í skál og hyljið það með matarfilmu. Geymið það í kæli yfir nótt.

b) Bætið vatni og hveiti í deigið. Hnoðið vel. Bætið salti við. Hnoðið deigið í aðrar 2 mínútur.

c) Látið hefast í 1 klukkustund og mótið síðan varlega í tvö brauð.

d) Látið brauðin hefast undir viskustykki í 45 mínútur.

e) Upphafshiti ofnsins: 525°F (280°C)

f) Settu brauðin í ofninn. Stráið bolla af vatni á botn ofnsins. Lækkið hitann í 450°F (230°C) og bakið í 30 mínútur.

g) Hellið deiginu varlega á hveitistráðan flöt. Skiptu því í tvo hluta.

h) Brjótið deigið varlega saman.

i) Mótaðu deigið varlega í tvö aflöng brauð.

19. Rúgur Ciabatta

Gerir um 10 brauð

Hráefni

- 7 únsur. (200 g) hveitisúrdeigsforréttur
- ½ bolli (50 g) fínt rúgmjöl
- 4 bollar (500 g) hveiti
- ca. 1⅔ bollar (400 ml) vatn, stofuhita
- ½ matskeiðar (10 g) salt
- ólífuolía fyrir skálina

Leiðbeiningar

a) Blandið öllu saman nema salti og hnoðið vel saman. Bætið salti við.

b) Setjið deigið í smurða hrærivélaskál. Setjið plastfilmu yfir og látið deigið standa í kæli yfir nótt.

c) Daginn eftir er deiginu hellt varlega á bökunarborð.

d) Brjótið deigið saman og látið standa í kæliskápnum í um það bil 5 klukkustundir, brjóta deigið aftur saman einu sinni á klukkustund.

e) Hellið deiginu á borðið. Skerið það í bita sem eru um það bil 2 × 6 tommur (10 × 15 cm) og settu þá á smurða ofnplötu. Látið hefast í kæliskáp í 10 tíma til viðbótar. Þess vegna tekur það um 2 daga að búa til þetta brauð.

f) Upphafshiti ofnsins: 475°F (250°C)

g) Settu brauðin í ofninn. Stráið bolla af vatni á gólfið í ofninum. Lækkið hitann í 400°F (210°C) og bakið í um það bil 15 mínútur.

h) Brjótið deigið saman og látið standa í ísskáp í um 5 klukkustundir. Endurtaktu brjóta saman einu sinni klukkustund á þessu tímabili.

i) Setjið deigið á hveitistráða yfirborðið og teygðu það út.

j) Skerið deigið í bita sem eru um það bil 2 × 6 tommur (10 × 15 cm).

20. Franskt bændabrauð

Gerðu 1 brauð

Hráefni

- 2 bollar (500 ml) vatn, stofuhita
- 5 bollar (600 g) hveiti
- 2 bollar (200 g) speltmjöl, sigtað
- 4½ oz. (125 g) hveitisúrdeigsforréttur
- 4½ oz. (125 g) rúgsúrdeigsforréttur
- 1½ matskeiðar (25 g) salt ólífuolía í skálina

Leiðbeiningar

a) Blandið öllu hráefninu nema salti saman þar til deigið er slétt.

b) Þegar deigið er vel hnoðað skaltu bæta við salti. Haltu áfram að hnoða í nokkrar mínútur í viðbót. Setjið deigið í blöndunarskál sem er húðuð með olíu og hyljið með klút.

c) Látið deigið hefast í um 2 klst.

d) Hellið deiginu á hveitistráð borð og mótið í eitt langt brauð. Látið hefast í um 40 mínútur.

e) Upphafshiti ofnsins: 525°F (270°C)

f) Setjið brauðið í ofninn og stráið bolla af vatni á botn ofnsins. Lækkið hitastigið í 450°F (230°C).

g) Bakið í um 30 mínútur.

21. Heslihnetubrauð

Gerir 2 brauð

Hráefni

- 2 bollar (500 ml) vatn, stofuhita
- 16 únsur. (450 g) rúgsúrdeigsforréttur
- 3¾ bollar (450 g) hveiti
- 2¼ bollar (225 g) speltmjöl, sigtað
- 2¼ bollar (225 g) fínt rúgmjöl
- 1½ matskeiðar (25 g) salt
- 2½ bollar (350 g) heilar heslihnetur
- ólífuolía fyrir skálina

Leiðbeiningar

a) Blandið öllu hráefninu saman nema salti og hnetum. Hnoðið deigið vel.

b) Bætið salti og hnetum saman við og hnoðið í deigið.

c) Setjið deigið í plastblöndunarskál sem er húðuð með olíu og látið hefast í um 3 klukkustundir.

d) Skiljið og mótið deigið í 2 brauð og leggið á smurða ofnplötu. Látið hefast í klukkutíma í viðbót eða svo.

e) Upphafshiti ofnsins: 525°F (270°C)

f) Settu brauðin í ofninn og lækkaðu hitann í 450°F (230°C).

g) Bakið brauðin í 30-40 mínútur.

22. Rússneskt sætt brauð

Gerir 1 brauð

Hráefni

- 26½ oz. (750 g) rúgsúrdeigsforréttur
- 1¼ bolli (300 ml) vatn, stofuhita
- 3½ tsk (20 g) salt
- 1 msk (10 g) kúmenfræ
- 2½ bollar (300 g) hveiti
- 3 bollar (300 g) speltmjöl, sigtað

Leiðbeiningar

a) Blandið hráefninu saman og hnoðið þar til deigið er slétt. Látið hefast undir visku í 1 klst.

b) Mótaðu deigið í stórt, kringlótt brauð. Setjið það á smurða ofnplötu og hyljið með klút.

c) Látið deigið hefast í 1-2 klst.

d) Áður en það er sett í ofninn skaltu strá deiginu með hveiti. Bakið í ofni við 400°F (210°C) í um 40-50 mínútur.

23. Danskt rúgbrauð

Gerir 3 brauð

Hráefni

Dagur 1

- 2 bollar (500 ml) vatn, stofuhita
- 3 bollar (300 g) heilkornsrúgmjöl
- 1 únsa. (25 g) rúgsúrdeigsforréttur

Dagur 2

- 4 bollar (1 lítri) vatn, stofuhita
- 8 bollar (800 g) heilkornsrúgmjöl
- 2 bollar (250 g) heilhveiti
- 2 matskeiðar (35 g) salt
- $4\frac{1}{2}$ oz. (125 g) sólblómafræ
- $4\frac{1}{2}$ oz. (125 g) graskersfræ
- $2\frac{1}{2}$ oz. (75 g) heil hörfræ

Leiðbeiningar

a) Blandið hráefninu vel saman og látið standa við stofuhita yfir nótt.

b) Blandið deiginu sem búið var til daginn áður með nýju hráefnunum. Blandið vandlega saman í um það bil 10 mínútur.

c) Skiptið deiginu í þrjú 8 × 4 × 3 tommu (1½ lítra) brauðform. Pönnurnar ættu að fyllast aðeins tvo þriðju hluta leiðarinnar. Látið hefast á heitum stað í 3-4 klst.

d) Upphafshiti ofnsins: 475°F (250°C)

e) Settu pönnurnar í ofninn og lækkaðu hitann í 350°F (180°C). Stráið bolla af vatni á gólfið í ofninum. Bakið brauðin í 40-50 mínútur.

f) Dagur 2: Blandið restinni af hráefnunum saman við forréttinn.

g) Hrærið deigið vel í um það bil 10 mínútur.

h) Setjið deigið í 8 × 4 × 3 tommu brauðform (1 1/2 lítra). Fylltu pönnuna ekki meira en tvo þriðju hluta leiðarinnar að toppnum. Látið hefast þar til deigið er komið að kantinum á pönnunni.

24. Valhnetubrauð

Gerir 1 brauð

Hráefni

- 2 bollar (500 ml) vatn, stofuhita
- 14 únsur. (400 g) rúgsúrdeigsforréttur
- 4 bollar (400 g) óblandað rúgmjöl (þ.e. án hveiti)
- 4 bollar (500 g) hveiti
- 14 únsur. (400 g) heilar valhnetur
- 3½ tsk (20 g) salt
- ólífuolía fyrir skálina

Leiðbeiningar

a) Blandið öllu saman nema valhnetunum og salti. Hnoðið þar til deigið er slétt.

b) Þegar deigið er vel hnoðað skaltu bæta við salti og valhnetum. Haltu áfram að hnoða í nokkrar mínútur í viðbót.

c) Setjið síðan deigið í olíuborða hrærivélaskál og hyljið það með klút.

d) Látið deigið hefast í um 2 klst.

e) Setjið deigið á hveitistráðan flöt og mótið það í eitt hringlaga brauð. Látið hefast á smurðri ofnplötu í um 30 mínútur.

f) Upphafshiti ofnsins: 475°F (250°C)

g) Setjið brauðið í ofninn og stráið bolla af vatni á botn ofnsins. Lækkið hitastigið í 450°F (230°C).

h) Bakið brauðið í um 30 mínútur.

i) Þegar deigið er vel hnoðað skaltu bæta við salti og valhnetum. Hnoðið aftur í nokkrar mínútur.

j) Eftir að deigið hefur lyft sér, skerið það í tvo hluta.

k) Fletjið bitana aðeins út á ofnplötu.

25. Speltbrauð með appelsínu

Gerir 1 brauð

Hráefni

Skref 1

- ½ af venjulegri appelsínu

Skref 2

- appelsínubörkur
- 7 únsur. (200 g) rúgsúrdeigsforréttur
- 1 bolli (200 ml) vatn, stofuhita
- ½ matskeiðar (10 g) salt 1 teskeið (5 g) fennel
- um það bil 6-7 bollar (600-700 g) speltmjöl, sigtað

Leiðbeiningar

a) Afhýðið appelsínuna. Látið hýðið malla í vatni í nokkrar mínútur. Takið úr vatninu og látið kólna aðeins.

b) Skafið hvíta hlutann innan á hýðinu með skeið. Skerið hýðið í litla bita.

c) Blandið öllu hráefninu saman en bætið síðustu bollunum af hveiti hægt út í. Speltmjöl tekur ekki í sig vökva á sama hátt og venjulegt hveiti. Hnoðið vel.

d) Látið deigið hefast í um 30 mínútur.

e) Mótaðu deigið í kringlótt brauð og settu á smurða bökunarplötu. Látið deigið hefast þar til það hefur tvöfaldast að stærð; þetta getur tekið allt að nokkrar klukkustundir.

f) Bakið við 400°F (200°C) í um 25 mínútur.

g) Penslið brauðið með vatni eftir að það hefur verið tekið úr ofninum.

26. Anís brauð

Gerir 1 brauð

Hráefni

- 3 bollar (300 g) fínmalað rúgmjöl
- 2½ bollar (250 g) speltmjöl, sigtað
- 10½ oz. (300 g) rúgsúrdeigsforréttur
- ½ matskeiðar (10 g) salt
- 4 teskeiðar (20 g) hrásykur
- 1¼ bolli (300 ml) bjór með lágu áfengisinnihaldi, stofuhita
- ½ oz. (15 g) mulið anís
- 1¾ oz. (50 g) hörfræ

Leiðbeiningar

a) Blandið öllu hráefninu saman. Deigið verður frekar klístrað. Látið standa við stofuhita í um það bil 1 klst.

b) Hveitið hendurnar létt og hnoðið deigið varlega. Mótaðu deigið í stóra, hringlaga bollu og leggðu á smurða bökunarplötu.

c) Látið brauðið hefast þar til það hefur tvöfaldast að stærð. Þetta gæti tekið nokkra klukkutíma.

d) Upphafshiti ofnsins: 450°F (230°C)

e) Setjið brauðið í ofninn og stráið bolla af vatni á botninn. Lækkið hitann í 350°F (180°C) og bakið í 45-55 mínútur.

27. Sólblómabrauð

Gerir um 15-20 rúllur

Hráefni

- 1¾ teskeiðar (5 g) ferskt ger
- 1¼ bolli (300 ml) vatn, stofuhita
- 3 bollar (300 g) fínmalað rúgmjöl
- 2½ bollar (300 g) hveiti
- 7 únsur. (200 g) rúgsúrdeigsforréttur
- 1 matskeið (15 g) salt
- 3 matskeiðar (50 g) hunang
- ⅔ bolli (150 ml) sólblómafræ
- 1 matskeið (10 g) kúmen

Leiðbeiningar

a) Leysið gerið upp í smávegis af vatninu. Bætið öllu hráefninu saman við og blandið vel saman.

b) Látið deigið hefast á heitum stað þar til það hefur tvöfaldast að stærð. Þetta mun taka 1-2 klst.

c) Mótaðu deigið í fimmtán til tuttugu litlar rúllur. Setjið þær á smurða ofnplötu og látið hefast á hlýjum stað þar til þær hafa tvöfaldast að stærð.

d) Bakið við 350°F (180°C) í um það bil 10 mínútur.

e) Hnoðið deigið eftir að það hefur lyft sér og mótið í langa rúllu.

f) Skerið deigið í fimmtán til tuttugu bita.

g) Mótið hringlaga brauð og setjið á bökunarplötu til að lyfta sér þar til tvöfaldast að stærð.

28. Bjórbrauð

Gerir 2 brauð

Hráefni

- um það bil 1¼ bolli (300 ml) bjór, stofuhita
- 7 teskeiðar (20 g) ferskt ger
- 1 matskeið (15 g) salt
- 16 únsur. (450 g) rúgsúrdeigsforréttur
- 5½ bollar (700 g) heilhveiti

Leiðbeiningar

a) Blandið öllu hráefninu saman, nema hveitinu. Bætið hveitinu út í smá í einu og blandið vel saman. Ekki bæta öllu hveitinu í einu; prófaðu deigið til að tryggja að það sé teygjanlegt áður en meira hveiti er bætt við.

b) Hnoðið vel.

c) Látið deigið hvíla í um 15 mínútur. Hnoðið vel.

d) Mótið deigið í tvö brauð og látið hefast á smurðri ofnplötu þar til það hefur um það bil tvöfaldast að stærð. Stráið smá hveiti yfir brauðið.

e) Upphafshiti ofnsins: 475°F (250°C)

f) Setjið brauðin í ofninn og stráið bolla af vatni á botninn. Lækkið hitastigið í 400°F (200°C).

g) Bakið brauðið í um 45 mínútur.

29. Stökkt rúgbrauð

Gerir um 20 kex

Hráefni

- 17½ oz. (500 g) rúgsúrdeigsforréttur úr heilhveiti rúgmjöli
- 17½ oz. (500 g) hveitisúrdeigsforréttur
- 5 bollar (500 g) fínt rúgmjöl
- ½ matskeiðar (10 g) salt

Leiðbeiningar

a) Blandið hráefninu vel saman og látið deigið hefast í um 2 klst.

b) Fletjið deigið út eins þunnt og hægt er. Skerið í kex og setjið á smurða ofnplötu. Stingið með gaffli til að koma í veg fyrir að brauðið freyði.

c) Látið kexið lyfta sér í 2–3 klst.

d) Bakið við 400°F (210°C) í um það bil 10 mínútur.

30. Bragðgott stökkt brauð

Gerir 15 kex

Hráefni

- ½ oz. (10 g) ferskt ger
- 1⅔ bollar (400 ml) kalt vatn
- 3½ oz. (100 g) rúgsúrdeigsforréttur
- 3½ oz. (100 g) hveitisúrdeigsforréttur
- 3 bollar (300 g) heilt rúgmjöl
- 4¼ bollar (550 g) hveiti
- 1 matskeið (15 g) salt
- ½ oz. (15 g) anís sjávarsalt til áleggs

Leiðbeiningar

a) Leysið gerið upp í vatninu og blandið saman við súrdeigið. Bætið hveitinu út í og hnoðið vel. Látið deigið hvíla í um 15 mínútur.

b) Bætið salti og anís út í og hnoðið deigið einu sinni enn. Sett í skál sem er þakin plastfilmu. Látið hefast í kæli yfir nótt.

c) Daginn eftir er deigið skorið í fimmtán bita. Fletjið hvert deigstykki út þar til það er orðið þunnt kex. Til að koma í veg fyrir að deigið festist, hveiti létt hveiti kökukefli. Snúðu kexinu af og til til að tryggja að þú sért að dreifa deiginu almennilega út.

d) Setjið kexið á bökunarplötu sem er þakið smjörpappír. Stingið þær með gaffli. Stráið smá sjávarsalti yfir eftir smekk.

e) Bakið kexið við um það bil 400°F (210°C) í 15 mínútur. Látið kexið þorna á kæligrindi.

f) Mótaðu deigið í rúllur og skerðu það í fimmtán bita.

g) Rúllaðu hverju deigstykki í þunnt obláta. Húðaðu deigið létt með hveiti til að koma í veg fyrir að það festist við kökukeflinn.

h) Stingið kexið með gaffli. Stráið sjávarsalti yfir og setjið á plötu klædda bökunarpappír.

31. Punnar kex

Gerir 6-8 stórar kex

Hráefni

- ¾ bolli (200 ml) fiturík jógúrt
- 7 únsur. (200 g) rúgsúrdeigsforréttur
- 2 teskeiðar (15 g) hunang
- ½ matskeiðar (10 g) salt
- 4 bollar (500 g) hveiti

Leiðbeiningar

a) Blandið öllu hráefninu saman og hnoðið deigið vandlega.

b) Skerið deigið í sex til átta hringlaga bita. Rúllaðu bitunum í þunnar oblátur. Hveitið yfirborðið og deigið létt til að koma í veg fyrir að deigið festist. Setjið kexið á smurða ofnplötu og stingið í þær með gaffli.

c) Bakið kexið við 430°F (220°C) í um það bil 10 mínútur. Látið þær þorna á kæligrindi.

d) Rúllaðu deiginu í langan strokk og skerðu það í sex til átta hluta.

e) Fletjið deigið eins þunnt og hægt er.

f) Stingið með gaffli.

32. Kartöflubrauð

Gerir 1 brauð

Hráefni

Skref 1 (fordeig)

- 1 lota af kartöflusúrdeigsforrétti
- 2 bollar (250 g) hveiti
- 1¾ oz. (50 g) rósakálar

Skref 2

- ¾ bolli (200 ml) vatn, stofuhita
- ½ matskeiðar (10 g) salt
- ½ bolli (50 g) fínmalað rúgmjöl
- 2 bollar (200 g) speltmjöl, sigtað

Leiðbeiningar

a) Blandið saman súrdeiginu og hveiti og látið standa í kæliskáp í um 8 klukkustundir.

b) Leggið rósakálarnar í bleyti í sérstakri skál.

c) Takið fordeigið úr kæli. Bætið við innihaldsefnunum sem taldar eru upp hér að ofan, ásamt tæmdu rósaberjum.

d) Hnoðið deigið vel og mótið í brauð. Setjið á smurða ofnplötu og látið hefast undir klút þar til hún hefur tvöfaldast að stærð. Þetta getur tekið nokkrar klukkustundir.

e) Bakið brauðið við 400°F (200°C) í um 25 mínútur.

STAÐBRAUÐ

33. Spelt súrdeig

Gerir 2 brauð

Hráefni

- 35 únsur. (1 kg) speltsúrdeigsforréttur
- 1 matskeið (15 g) salt
- 3 matskeiðar (25 g) ferskt ger
- 2½ matskeiðar (35 ml) siróp (hægt að skipta út fyrir dökkt síróp)
- ½ bolli (100 ml) vatn, stofuhita
- 6 bollar (625 g) fínt rúgmjöl
- 1¾ bolli (225 g) hveiti

Leiðbeiningar

a) Blandið hráefninu vel saman og látið hefast í um 30 mínútur.

b) Mótaðu varlega í tvö aflöng brauð og stráðu hveiti yfir. Látið brauðið hefast þar til brauðin hafa tvöfaldast að stærð (leyfið þeim að hefast í körfu ef hægt er).

c) Upphafshiti ofnsins: 475°F (250°C)

d) Settu brauðin í ofninn og dreifðu bolla af vatni á ofngólfið. Lækkið hitastigið í 375°F (195°C).

e) Bakið í um 30 mínútur.

34. Gail's hrísgrjón og speltmjölsbrauð

Hráefni

- 1 bolli Brún hrísgrjónamjöl
- 1 bolli Hvítt hrísgrjónamjöl
- 1 bolli speltmjöl
- $3\frac{1}{2}$ tsk Xanthan gum
- $\frac{1}{4}$ bolli + 2 tsk sykur
- $1\frac{1}{2}$ tsk Salt
- $1\frac{1}{3}$ bolli fitulaust þurrmjólkurduft, brætt
- 2 stór egg, vel þeytt
- $1\frac{3}{4}$ bolli heitt vatn

Leiðbeiningar

a) Setjið allt hráefnið, nema heita vatnið, í brauðformið og ýtið á start.

b) Á meðan vélin er að hnoða skaltu hella vatninu smám saman út í. Ef deigið blandar ekki vel saman skaltu nota gúmmíspaða til að aðstoða.

c) Eftir að bökunarlotunni lýkur, takið þá af pönnunni og setjið á grind og látið kólna í 1 klukkustund áður en það er skorið í sneiðar.

35. Speltgerbrauð

Afrakstur: 1 skammtur

Hráefni

- 3¼ bolli heilt speltmjöl; (skipt notkun)
- 1 pakki Virkt þurrger
- 1 bolli Vatn
- ⅓ bolli hunang
- ¼ bolli smjörlíki eða smjör
- 1 tsk Salt
- 1 egg

Leiðbeiningar

a) Í stórri skál blandið saman tveimur bollum af speltmjöli og gerinu. í potti, hitið og hrærið vatninu, hunanginu, smjörlíkinu og salti þar til það er orðið heitt.

b) Bætið við hveiti. Bætið eggi við. Þeytið með rafmagnshrærivél á lágum hraða í 30 sekúndur. Þeytið í 3 mínútur á háum hita. Hrærið afganginum af hveitinu saman við til að gera mjúkt deig. Lokið og látið hefast þar til tvöfaldast - 45 - 60 mínútur.

c) Dreifið deiginu í smurt 9 x 5 x 3 brauðform. Lokið og látið hefast í 30-45 mínútur, þar til tvöfaldast. Bakið við 375 gráður í 25 til 30 mínútur eða þar til brauðið hljómar holur þegar bankað er á það. Setjið álpappír yfir síðustu tíu mínúturnar af bakstrinum. Takið af pönnunni og kælið.

GRILLBRAuð

36. Beikon cheddar grillað brauð

Afrakstur: 8 skammtar

Hráefni

- 1 súrdeigsbrauð
- 3 matskeiðar Smjör
- 1½ bolli Cheddar ostur
- 4 beikonbitar, tæmdir
- 2 matskeiðar fersk steinselja

Leiðbeiningar

a) Smjörlíki smyrjið létt á annarri hlið hvers brauðshluta. Settu smjörlíki með hliðinni niður ósmurða kökuplötu. Stráið osti, beikoni og steinselju jafnt yfir brauðbitana.

b) Þegar tilbúið er að grilla, setjið sneiðar, smjörlíkið niður, beint á gasgrill við miðlungs -háan hita eða á kolagrill 4 til 5 tommur frá miðlungsháum kolum

c) Eldið 4 til 6 mínútur eða þar til neðsta brauðið er ristað og osturinn bráðinn.

37. peperonata grillað brauð

Afrakstur: 4 samlokur

Hráefni

- 2 kjúklingabringur
- ½ bolli Vatn
- Salt
- Nýmalaður svartur pipar
- 4 greinar rósmarín
- 2 matskeiðar Extra-virgin ólífuolía
- klípa Heitar rauðar piparflögur
- 1 lítill laukur, sundurskorinn
- 1 rauð paprika, kjarnhreinsuð, fræhreinsuð og skorin í þykka strimla
- 1 gul paprika, kjarnhreinsuð, fræhreinsuð og skorin í þykka strimla
- Sykur eftir smekk
- 6 Olíuhreinsaðar svartar ólífur, gryfjaðar og skornar í brot
- 1 matskeið kapers
- 8 stórir þunnar sneiðar skorpubrauð
- 2 hvítlauksrif, afhýdd og skorin í brot

- 8 mjög fersk basilíkublöð, skorin í teninga

Leiðbeiningar

a) Setjið kjúklingabringur með skinnhliðinni upp í meðallagi steikarpönnu og bætið vatni við. Kryddið kjúklinginn með salti og pipar og setjið kryddjurtagreinar yfir kjúklinginn. Eldið, setjið lok á, við vægan hita í 15-20 mínútur

b) Slökkvið á hitanum og látið kólna á pönnu.

c) Í meðallagi steikarpönnu , bætið við ólífuolíu, heitum piparflögum og lauk.

d) Steikið yfir miðlungs -lágur hiti í um 8 mínútur, hrærið oft

e) Bætið papriku út í og haltu áfram að elda, hylja, þar til paprikurnar eru mjúkar.

f) Undir lok eldunar, hrærið ólífum og kapers saman við. Kryddið með salti og pipar

g) Þegar hægt er að meðhöndla kjúkling skaltu fjarlægja húð og bein og fitu eða brjósk. Skiptu hverri bringu í 3 flök. Skerið aftur á ská í ½" þykka bita.

h) Ristað brauð á báðum hliðum. Nuddaðu mjög létt aðra hlið hvers brauðshluta með niðurskornum hvítlauksgeirum. fletjið út 4 sneiðar af brauði. Raðið kjúklingi ofan á brauð. efri með piparblöndu, síðan basil. hylja með loki með hinum 4 bitum af brauði.

38. Grillað brauð með tómötum

Afrakstur: 4 skammtar

Hráefni

- 4 stórir þroskaðir tómatar
- ¼ bolli Basil lauf, rifin
- 6 sneiðar brauð í sveitastíl, skorið 1/2" þykkt og helmingað
- 3 stór hvítlauksrif, létt mulin
- Salt og pipar
- 4 matskeiðar Ólífuolía

Leiðbeiningar

a) Þvoið tómatana og skerið þá í brot. Takið út eins mörg fræ og hægt er og skerið í teninga.

b) Setjið þær í lítið fat og blandið saman við basilíkublöðin.

c) Grillið brauðbitana og snúið þeim þannig að báðar hliðar verði ljósbrúnar. Nuddaðu hvern hluta með hvítlauksrif.

d) Hellið smá af tómatblöndunni yfir brauðið, stráið salti og pipar yfir og stráið ólífuolíu yfir.

39. Grillað brauð og tómatar

Afrakstur: 1 skammtur

Hráefni

- 1 lítill hvítlauksrif; hakkað 1
- ⅓bolli Balsamic edik 75 ml
- 1½ msk Ólífuolía 20 ml
- ¼ tsk pipar 1 ml
- Salt eftir smekk
- 2 matskeiðar Niðurskorinn ferskur graslaukur eða grænn laukur
- Fersk basilíka eða steinselja í teninga
- 6 sneiðar franskt eða ítalskt brauð
- 4 bollar Kirsuberjatómatar; helmingaður 1 L

Leiðbeiningar

a) Hrærið saman hvítlauk, ediki, olíu, pipar og salti í lítið fat. Hrærið graslauk og basilíku saman við.

b) Grill eða ristað brauð

c) Skerið hvern hluta í 1½ tommu/4 cm bita.

d) Blandið brauði með kirsuberjatómötum og dressingu. Smakkið til og stillið krydd ef þarf.

40. Grillað brauð og guacamole

Afrakstur: 1 skammtur

Hráefni

- Franskt brauð
- ¼ bolli ólífuolía; um
- 2 þroskuð avókadó
- 2 matskeiðar Hægeldaður laukur
- 1½ msk ferskur sítrónusafi
- 1 hvítlauksrif; Hægelduðum
- ¾ teskeið Malað kúmen
- Skerið brauð á ská í ¼ tommu þykka hluta

Leiðbeiningar

a) Grillið brauð í lotum á grind sem er stillt 5 til 6 tommur yfir glóandi kolum, snúið því, þar til það er ristað á báðum hliðum, um það bil 3 mínútur.

b) Haldið avókadó í tvennt og fargið holunum. Hellið kjötinu í matvinnsluvél

c) Bætið restinni af hráefnunum saman við og blandið aðeins saman þar til það er slétt.

d) Berið fram brauð toppað með dúkkum af guacamole

41. Grillað brauð með andafitu

Afrakstur: 4 skammtar

Hráefni

- 1 Brauð skorpað franskt brauð
- 4 aura andafita; fæst í flottum kjötbúðum
- 2 matskeiðar sjávarsalt; upp í 3
- 1 matskeið ferskt rósmarín; Hægelduðum
- 2 epli

Leiðbeiningar

a) Skerið brauðið í 1 tommu þykka bita og grillið þar til það er dökkgulbrúnt.

b) Smyrðu hvern hluta með 1 til 2 tsk andafitu.

c) Stráið hvern hluta með sjávarsalti, síðan rósmaríni.

d) Berið fram heitt með eplum til niðurskurðar.

42. Grillað brauð með eggaldin

Afrakstur: 6

Hráefni

- 2 eggaldin
- 2 rauðar paprikur
- 2 til 3 matskeiðar extra virgin ólífuolía
- 1 hvítlauksgeiri, mjög þunnt í sundur
- 6 hlutar land- eða bændabrauð
- 1 stór hvítlauksgeiri, helmingaður
- 2 eða 3 litlir þroskaðir tómatar, helmingaður kross; vitur
- extra virgin ólífuolía eftir smekk
- sjávarsalt eftir smekk

Leiðbeiningar

a) Tilbúið heitan eld í grilli eða hitið grillið. Setjið eggaldin og rauð papriku á grillið eða í grunnri pönnu undir grillinu

b) Grillið grænmetið þar til það er alveg svart og eggaldinið er mjúkt, hægt og rólega snúið þeim á nokkurra mínútna fresti með töngum

c) Eftir 20 mín., pakkaðu grænmetinu upp og flettu hýðið af. Haldið paprikunni eftir endilöngu, takið kjarnann úr, skafið fræin úr og skerið holdið í langar, fínar ræmur.

d) Blandið paprikunni og eggaldininu í fat með ólífuolíu og hvítlauk.

e) Grillið brauð á meðan það er enn heitt; nuddaðu hvítlauksbroti á skorpuna og á annarri hlið hvers hluta . Nuddið tómatarhelmingunum á hvítlauksnudduðu hliðinni á ristuðu brauðinu.

f) Stráið ólífuolíu yfir, stráið salti yfir og hrúgið á flækju af escalivada .

43. Grillað kardimommum Nan brauð

Afrakstur: 8 skammtar

Hráefni

- 1 Umslag virkt þurrger
- 1 matskeið hunang
- 1 msk Ólífuolía + aukalega
- 3½ bolli Brauðhveiti
- 1 matskeið Salt
- 1 matskeið Möluð kardimommur

Leiðbeiningar

a) í stórum fati og hrærið hunanginu saman við.

b) Látið hvíla þar til froðukennt, um 10 mínútur. Bætið 1 T olíunni, hveitinu, salti og kardimommum út í og hrærið þar til deigið myndar samhangandi massa.

c) Snúið deiginu út á létt hveitistráð yfirborð og hnoðið þar til það er slétt og teygjanlegt, um 6 mínútur.

d) Skiptið deiginu í 8 bita og mótið hvern bita í kúlu. Setjið kúlurnar á smurða bökunarplötu og penslið með olíu. hyljið með loki lauslega með plasti og látið lyfta sér á heitum stað þar til tvöfaldast í magni, 1 til 2 klukkustundir.

e) hitaðu grillpönnu eða steypujárni .

f) Penslið hvert Nan létt með ólífuolíu og grillið í um það bil 1 mínútu, þar til það er gullið

44. Grillað cheddar rúsínubrauð

Afrakstur: 1 skammtur

Hráefni

- 3 matskeiðar ósaltað smjör; mýkt
- 8 hlutar rúsínubrauð
- ½ pund þunnt sundurskorinn cheddar ostur
- 8 hlutar beikon; soðið þar til það er stökkt og látið renna af á pappírshandklæði

Leiðbeiningar

a) Smyrjið aðra hlið hvers brauðs á stórt blað af vaxpappír og snúið sneiðum við.

b) Raðið Cheddar á smjörlausar hliðar brauðsins, hyljið með lokbrauði jafnt og efri 4 ostarklædda bita með beikoni. Flettu afganginum af ostabrauðinu yfir á beikon.

c) Hitið pönnu sem festist ekki við meðalhita þar til hún er heit og eldið samlokur í lotum, þrýstið létt með málmspaða, þar til undirhliðin er gullin, um það bil 1 mínútu.

d) Snúðu samlokunum við og eldaðu, þrýstu aftur, þar til undirhliðin er gullin og osturinn bráðinn, um það bil 1 mínútu.

45. Grillað ostabrauð gleði

Afrakstur: 1 skammtur

Hráefni

- 6 hlutar Brauð
- 3 þykkir hlutar ostur
- ½ tsk mulið rautt chili
- Salt eftir smekk
- Smjörklumpur

Leiðbeiningar

a) Settu 3 hluta hlið við hlið.

b) Setjið hluta af osti á hvern.

c) Stráið chili yfir og setjið lok yfir með öðru brauði.

d) Skerið hvern í fernt.

e) Í litlum teini, ýttu 2 fjórðunga, hvorum.

f) Grillið yfir heitum glóðum á grilli

46. Grillaðar kartöflur

Afrakstur: 100 skammtar

Hráefni

- 1 bolli smjör
- 9 egg
- 1 bolli Mjólk
- 22 pund kartöflur
- 4½ bolli brauð
- 1½ tsk svartur pipar
- 2 matskeiðar salt

Leiðbeiningar

a) hylja kartöflur með loki með söltu vatni; látið sjóða; draga úr hita

b) blandaðu kartöflum í hrærivélarmót á lágum hraða þar til þær eru brotnar í smærri bita, um 1 mínútu.

c) Bætið við smjöri eða smjörlíki og pipar. blandið á háum hraða í 3 til 5 mínútur eða þar til slétt.

d) Blandið mjólk; hita að suðu; Blandið saman við kartöflur á lágum hraða, blandið saman við blönduð heil egg. Mótaðu í bökunarbollur.

e) Dýptu kex í brauðmylsnu.

f) Grillið á léttsmurðri pönnu í 3 mínútur á hvorri hlið eða þar til gullinbrúnt.

47. Grillaðar franskar brauðbollur

Afrakstur: 1 skammtur

Hráefni

- ¾ bolli Ólífuolía
- 6 hvítlauksrif; flatt
- 18 stórar franskar brauðbollur
- Nýmalaður pipar

Leiðbeiningar

a) Hitið ólífuolíu í þungu meðallagi grillið á miðlungs lágum hita. Bætið hvítlauk út í og eldið þar til hann er ljósbrúnn, um 4 mínútur.

b) Tilbúið grillið

c) Skiptu rúllum inn í brot lárétt. Penslið skorið yfirborð með hvítlauksolíu.

d) Stráið ríkulega pipar yfir.

e) Grillrúllur, með olíulituðu hliðinni niður, upp þar til þær eru gullinbrúnar. Berið fram heitt eða við stofuhita.

48. Spam grilluð ostahetja

Afrakstur: 4 skammtar

Hráefni

- 4 hlutar svissneskur ostur
- 2 plómutómatar, þunnt sundraðir
- 8 hlutar ítalskt brauð
- 1 getur SPAM
- ¼ bolli sinnep í Dijon-stíl
- ¼ bolli þunnt sundurskorinn grænn laukur
- 4 hlutar amerískur ostur
- 2 matskeiðar Smjör eða smjörlíki

Leiðbeiningar

a) Leggið ost og tómata jafnt yfir 4 brauðsneiðar. Leggðu SPAM yfir tómata.

b) Stráið lauk og meiri osti yfir.

c) á stórri pönnu . Bætið samlokum út í og grillið við meðalhita þar til það er brúnt og osturinn er bráðinn, snúið einu sinni.

49. Grillað Panini

Afrakstur: 1 skammtur

Hráefni

- 1 tsk ger
- 3¼ bolli hágæða hveiti
- 1½ tsk Salt
- ½ tsk sykur
- 1¼ bolli volgu vatni
- 3 matskeiðar Ólífuolía

Leiðbeiningar

a) Setjið hráefnin í brauðformið í þeirri röð sem skráð er.

b) Þegar lotunni er lokið, skiptið deiginu í sex hluta.

c) Hnoðið deigið í kúlur á létt hveitistráðu yfirborði og fletjið síðan út í sporöskjulaga um þykkt pizzubotn.

d) Bakið Panini í um það bil 7 mínútur eða þar til hún er blásin en ekki brún.

e) Skerið Panini í broti eftir endilöngu og haltu brúninni áfastri eins og bók.

f) Fylltu með blöndu af uppáhalds ostinum þínum, súrum gúrkum og salati innihaldsefnum

g) Hitið samloku Grillið og ristið Panini þar til hann er gullinbrúnn.

50. Grillað búgarðsbrauð

Afrakstur: 1 skammtur

Hráefni

- 1 Stafsmjör eða smjörlíki;
- 2 Brauð franskt brauð; skera í brot

Leiðbeiningar

a) Smyrjið blöndunni á brauðið.

b) Settu brauðið undir grillarann í 23 mínútur þar til það er gullbrúnt.

51. Kryddlauksgrillbrauð

Afrakstur: 6 skammtar

Hráefni

- 1 pakki Virkt þurrger
- 1¼ bolli volgt vatn
- 1½ bolli Heilhveiti eða hýðishrísgrjón
- 1 búnt rauðlauk
- 1 matskeið rósmarín; Hægelduðum
- 1 matskeið timjan; Hægelduðum
- 1 matskeið salvía; Hægelduðum
- 1 matskeið Ólífuolía
- 2 tsk Salt
- 2 bollar óbleikt hveiti
- Matreiðslusprey

Leiðbeiningar

a) í stóru fati og látið hvíla þar til það er loftbólur, um það bil 10 mínútur. Hrærið rólega heilhveiti, lauk, rósmarín, timjan og salvíu saman við.

b) Hrærið ólífuolíu, salti og 1½ bolla af hvítu hveiti saman við til að mynda stíft deig. Snúið út á létt hveitistráð yfirborð og hnoðið í 10 mínútur, bætið við meira hveiti eftir þörfum til að ekki festist. Mótaðu kúlu, settu í stórt, létt úðað fat og snúðu olíuðri hliðinni upp.

c) Hitið grillið í meðalheitt. Skiptið deiginu í sex kúlur. Rúllaðu kúlum í 7 tommu á létt hveitistráðu yfirborði

d) Settu brauð varlega á grillið og eldið í 2 til 3 mínútur á hvorri hlið, snúið öðru hvoru, þar til þau eru vel merkt og brún.

52. Piparríkt grillað hvítlauksbrauð

Afrakstur: 8 skammtar

Hráefni

- 1 Stöng ósaltað smjör; stofuhiti
- 3 hvítlauksrif; ýtt
- 1 tsk Malaður pipar
- 1 tsk ferskur sítrónusafi
- 16 sneiðar franskt brauð
- ⅓ bolli Ólífuolía

Leiðbeiningar

a) Blandið fyrstu 4 hráefnunum saman í litlum fati

b) Kryddið með salti

c) Penslið létt á báðum hliðum brauðsins með olíu

d) Grillið þar til það er örlítið stökkt og ljósbrúnt, um það bil 2 mínútur á hlið.

e) Smyrjið báðar hliðar brauðsins með hvítlaukssmjöri.

53. Sofrito grillað brauð

Afrakstur: 1 skammtur

Hráefni

- 1 bolli niðurskorin rauð paprika
- ½ bolli Hægeldaður laukur
- ¼ bolli Pakkaðir ferskir kóríandergreinar
- 2 hvítlauksrif, söxuð
- 1 tsk Þurrkað oregano, mulið
- ½ tsk kúmenfræ
- 12 hlutar fitulaust brauð

Leiðbeiningar

a) Maukið allt hráefni nema brauð í blandara þar til það er slétt. Látið sofrito malla í litlum þungum potti , hrærið í, í 3 mínútur og kryddið með salti og pipar.

b) Dreifið á 1 hlið hvers brauðs og grillið, sofrito- hliðin niður, á Pam-sprautuðum grind sem er 5 til 6 tommur yfir glóandi kol þar til gullinbrúnt er, um það bil 2 mínútur.

54. Grillað porcini með eggjarauðum

Afrakstur: 4 skammtar

Hráefni

- 2 pund Ferskt svínarí
- 3 matskeiðar Extra virgin ólífuolía plús
- 2 matskeiðar
- 4 egg, risa

Leiðbeiningar

a) Segðu sveppum ¼ tommu þykka og stráðu olíu yfir og salti og pipar. Setjið sveppina á grillið og eldið þar til þeir eru mjúkir og safaríkir, um það bil 2 mínútur á hlið.

b) Á meðan hitarðu olíuna sem eftir er á 12 tommu pönnu sem ekki festist þar til það er rétt að reykja

c) Brjótið egg, gætið þess að viðhalda óbrotnum eggjarauðum, á pönnu og eldið egg þar til hvítan hefur stífnað. Takið pönnuna af hitanum og leyfið að hvíla í 3 mínútur. Taktu út sveppi á framreiðsludisk.

d) Skerið eggjahvítur í burtu og setjið eggjarauður varlega ofan á sveppi og berið fram strax.

55. Grillið maísbrauð

Hráefni

- 1 bolli maísmjöl
- 1 bolli hveiti
- 2 teskeiðar. lyftiduft
- 3/4 teskeið. salt
- 1 bolli mjólk
- 1/4 bolli jurtaolía

Leiðbeiningar

a) Blandið þurrefnum saman. Hrærið vökva saman við.

b) Skeið á vel smurða pönnu

c) Eldið þar til það er stíft í miðjunni .

BRIOCHE

56. Amerískur brioche

Afrakstur: 16 skammtar

Hráefni

- ½ bolli Mjólk
- ½ bolli smjör
- ⅓ bolli sykur
- 1 tsk Salt
- 1 pakki ger
- ¼ bolli Heitt vatn
- 1 egg; aðskilin
- 3 heil egg; barinn
- 3¼ bolli hveiti; sigtað

Leiðbeiningar

a) Skellið mjólk og kælið niður í volg.

b) Rjóma smjör, bæta við sykri smám saman. Bætið salti við.

c) Mýkið gerið í vatninu.

d) Blandið saman mjólk, rjómablöndu og geri. Bætið eggjarauðu, heilum eggjum og hveiti út í og þeytið með tréskeið í 2 mínútur.

e) Lokið og látið lyfta sér á heitum stað þar til meira en tvöfaldast í magni, um það bil 2 klukkustundir eða minna.

f) Hrærið niður og þeytið vel. Hyljið vel með filmu og geymið í kæli yfir nótt.

g) Forhitaðu ofninn í heitan (425F); settu rekki nálægt botninum.

h) Hrærið deigið niður og snúið út á hveitistráð borð. Skerið aðeins minna en fjórðung af deiginu af og geymið.

i) Skerið afganginn af deiginu í 16 bita og mótið jafnstórar kúlur.

j) Setjið í vel smurt muffinsform (2 /$\frac{3}{4}$ x 1$\frac{1}{4}$ tommur djúpt).

k) Skerið minni deigið í 16 bita og mótið sléttar kúlur. Vætið fingur örlítið og gerið dæld í hverja stóra kúlu. Settu litla kúlu í hverja lægð. Lokið og látið lyfta sér á heitum stað þar til tvöfalt magn, um 1 klukkustund.

l) Þeytið afganginn af eggjahvítunni með teskeið af sykri. Penslið yfir brioche. Bakið þar til það er brúnt, eða 15 - 20 mínútur.

57. Fléttuð brioche

Afrakstur: 1 skammtur

Hráefni

- ⅓ bolli Vatn
- 2 stór egg
- 2 stórar eggjarauður
- ¼ pund smjör eða smjörlíki
- 2½ bolli alhliða hveiti
- 3 matskeiðar Sykur
- ½ tsk Salt
- 1 pakki Virkt þurrger
- 2 pund brauð:
- ⅓ bolli Vatn
- 3 stór egg
- 2 stórar eggjarauður
- ⅜ pund smjör eða smjörlíki
- 3⅓ bolli alhliða hveiti

- ¼ bolli sykur
- ½ tsk Salt
- 1 pakki Virkt þurrger

Leiðbeiningar

a) Bætið hráefnum í brauðvélarpönnu samkvæmt leiðbeiningum framleiðanda.

b) Veldu sætu- eða deighring. 3. Í lok lotunnar, skafaðu deigið á borð sem er létt húðað með alhliða hveiti. Skiptið deiginu í 3 jafna hluta. Ef þú býrð til 1½ punda brauð skaltu rúlla hverju stykki til að mynda reipi sem er um það bil 12 tommur að lengd.

c) Fyrir 2 punda brauð skaltu rúlla hverju stykki til að mynda reipi sem er um 14 tommur að lengd. Leggðu reipi samsíða um það bil 1 tommu í sundur á smurðri 14 x 17 tommu bökunarplötu.

d) Klípið saman reipi í annan endann, fléttið lauslega, klípið síðan fléttuendann saman.

e) Hyljið brauðið létt með plastfilmu og látið standa á heitum stað þar til það er þokkalegt, um 35 mínútur. Fjarlægðu plastfilmu.

f) Þeytið 1 stóra eggjarauðu til að blanda saman við 1 matskeið af vatni. Penslið fléttuna með eggjablöndu.

g) Bakið fléttuna í 350 F ofni þar til hún er gullinbrún, um 30 mínútur. Kælið á grind að minnsta kosti 15 mínútum áður en það er skorið í sneiðar. Berið fram heitt, heitt eða kalt.

58. Brioche á ávöxtum og hnetum

Afrakstur: 6 skammtar

Hráefni

- 1 matskeið Ferskt ger
- 150 millilítrar volg mjólk
- 250 grömm hveiti
- 4 egg þeytt
- 1 klípa af salti
- 4 matskeiðar Sykur
- ½ bolli Möndlur
- ½ bolli heslihnetur
- ¼ bolli rúsínur eða sultana
- ⅓ bolli Rifsber
- ⅓ bolli Þurrkaðar apríkósur, sneiddar
- Nokkur glacekirsuber
- 170 grömm Hreint Nýja Sjálands ósaltað rjómasmjör, mildað en ekki brætt

Leiðbeiningar

a) Hitið ofninn í 170C. Leysið upp ger í mjólk. Bætið við hveiti, eggjum, salti, sykri, hnetum og ávöxtum. Sláðu vel. hyljið og látið lyfta sér á heitum stað þar til tvöfaldast að magni.

b) Kýlið niður, bætið smjöri út í og þeytið vel og passið að það séu engir smjörklumpar. Hellið í vel smurt brauðform (blandan á að hálffylla formið).

c) Látið hefast aftur þar til formið er $\frac{3}{4}$ fullt. Bakið við 170 C þar til teini kemur hreinn út í um það bil 20-25 mínútur. Kælið áður en það er skorið í sneið.

59. Vanillu brioche

Afrakstur: 2 skammtar

Hráefni

- 3 umslög virkt þurrger
- ½ bolli volg mjólk (um 110 gráður)
- 1 vanillustöng, klofin
- 5 bollar hveiti
- 6 egg
- ½ bolli heitt vatn (110 gráður)
- 3 matskeiðar Sykur
- 2 tsk Salt
- 3 prik auk 2 matskeiðar
- Smjör, stofuhita
- 1 eggjarauða, þeytt

Leiðbeiningar

a) Hitið ofninn í 400 gráður F. Blandið gerinu og mjólkinni saman í litla skál og hrærið til að gerið leysist upp. Bætið 1 bolli af hveiti og blandið saman til að blanda vel saman.

Skafið vanillustöngina með hníf og hrærið deiginu út í gerblönduna. Látið standa við stofuhita á heitum, draglausum stað í um 2 klukkustundir til að leyfa gerjun.

b) Setjið 2 bolla af hveiti í stóra blöndunarskál. Bætið 4 af eggjunum út í, einu í einu, þeytið vel út í hveitið með tréskeiði við hverja viðbót. Deigið verður klístrað, þykkt og svampkennt.

c) Bætið vatni, sykri og salti saman við og blandið vel saman, þeytið kröftuglega. Bætið 3 stökum af smjörinu út í og vinnið inn í deigið með höndunum þar til það hefur blandast vel saman. Bætið hinum 2 bollum af hveiti sem eftir eru og blandið saman við deigið, brjótið upp alla kekki með fingrunum. Bætið gerblöndunni út í.

d) Notaðu hendurnar til að hnoða og brjóta forréttinn inn í deigið. Haltu áfram að hnoða og brjóta saman þar til allt hefur blandast vel saman, um það bil 5 mínútur. Deigið verður klístrað og rakt. Hyljið með hreinum klút og látið hefast á heitum, draglausum stað þar til það tvöfaldast að stærð, um það bil 2 klukkustundir.

e) Til að búa til brauð, smyrðu tvær 9x5x3 tommu brauðformar létt með hinum 2 msk smjöri. Til að gera rúllur, smyrjið 12 muffinsbollar í venjulegri stærð. Kýldu deigið létt niður með fingrunum. Skiptið deiginu í 2 jafna hluta og setjið í form.

f) Fyrir rúllur, skiptið deiginu í 12 jafna hluta og setjið í muffinsbollana. Penslið toppana með eggjarauðu. Lokið og látið hefast á heitum, draglausum stað þar til það tvöfaldast að stærð, um 1 klukkustund.

g) Bakið brauðin í 25 til 30 mínútur og snúðurnar í 20 mínútur, eða þar til þær eru gullinbrúnar. Takið pönnurnar úr ofninum og kælið á vírgrind. Snúið brauðunum eða snúðunum úr formunum og kælið alveg á grind.

60. Kartöflu "brioches"

Afrakstur: 1 skammtur

Hráefni

- 1½ pund Soðnar kartöflur, skrældar og skornar í fjórar
- 4 matskeiðar Ósaltað smjör, skorið í bita, við stofuhita
- 3 stórar eggjarauður
- ½ tsk Salt
- Hvítur pipar eftir smekk
- 1 tsk Mjólk
- 8 vel smurð smá brioche mót sem eru 2 1/2 tommur þvert yfir toppinn, kæld

Leiðbeiningar

a) Setjið köldu vatni yfir kartöflurnar í katli og látið suðuna koma upp. Sjóðið kartöflurnar í 12 til 15 mínútur, eða þar til þær eru mjúkar. Tæmdu kartöflurnar og þrýstu þeim í gegnum hrísgrjónavél í skál.

b) Hrærið smjörinu, 2 eggjarauðum, salti og hvítum pipar út í og látið blönduna kólna í að minnsta kosti 20 mínútur eða allt að 2 klukkustundir.

c) Forhitið ofninn í 425 gráður F.

d) Flyttu ¼ bolla af blöndunni yfir á létt hveitistráð yfirborð, með létt hveitistráðum höndum klíptu af stykki á stærð við marmara og geymdu það. Rúllaðu stærri hlutanum í slétta kúlu og slepptu henni varlega í eitt af kældu mótunum. Gerðu grunna inndælingu varlega í toppinn á kúlunni, myndaðu frátekna marmarastærðarhlutann í slétta kúlu og settu hana varlega í innskotið.

e) Blandið síðustu eggjarauðunni saman við mjólkina í lítilli skál og penslið eggjaþvottinn á hverja brioche, passið að láta það ekki detta niður á hliðina á forminu. Bakið á ofnplötu í 25 til 30 mínútur, eða þar til þær eru gullinbrúnar. Látið þær kólna á grind í 20 mínútur.

f) Losaðu brúnirnar með teini úr málmi og hvolfið til að fjarlægja varlega úr mótunum.

g) Þær má gera með einum degi fyrirvara. Geymið kælt og þakið og hitið aftur við 400 gráður F. í 15 mínútur.

PÍTUBRAUÐ

61. Grunn píta

Afrakstur: 24 litlar pítur

Hráefni

- 2 bollar heitt vatn
- 2 matskeiðar ger
- $\frac{1}{2}$ tsk sykur
- 2 tsk Salt
- 5 bollar hvítt hveiti

Leiðbeiningar

a) Hellið vatni í stóra skál og bætið gerinu út í. Hrærið og bætið sykri og salti saman við. Bætið hveitinu smám saman út í, hrærið stöðugt þar til blandan er orðin slétt. Vinnið í annan $\frac{1}{2}$ bolla af hveiti með höndunum, hnoðið á meðan, þar til deigið er ekki lengur klístrað. Hnoðið á borði í 5 mínútur í viðbót.

b) Mótaðu deigið í ferhyrning. Skerið það í tvennt, langsum, og skiptið í 24 hluta (eða búið til 12 stórar pítur). Mótið hvern hluta í slétta kúlu og setjið hverja kúlu á hveitistráðan flöt. Hyljið með rökum klút. Þrýstu hverri kúlu flata. Með kökukefli skaltu rúlla hverri umferð frá miðju og út og snúa deiginu $\frac{1}{4}$ snúning hverrar rúllu.

c) Lítil píta ætti að vera 5 til 5½" í þvermál og ¼" þykk. (Stórar ættu að vera 8" í þvermál.) Snúðu pítum og sléttaðu út allar hrukkur.

d) 15 mínútum áður en brauð hafa lokið lyftingu, hitið ofninn í 500F og hitið ósmurða ofnplötu. Þegar hvert brauð er rúllað skaltu setja það á hveitistráð yfirborð, hylja með þurru, hreinu handklæði og láta hefast í 30 til 45 mínútur. Setjið pítur á heita ofnplötuna.

e) Bakið á neðsta grind ofnsins þar til það er stíft og léttbrúnað á botninum, um 4 mínútur fyrir litla og 3 ½ fyrir stóra. Ef þess er óskað, snúið pítunni við til að brúnast á hinni hliðinni.

f) Takið úr ofninum, pakkið inn í þurrt handklæði þar til það er nógu kalt til að hægt sé að höndla það.

g) Berið fram heitt eða við stofuhita.

62. Nautapíta

Afrakstur: 12 skammtar

Hráefni

- 2 pund nautahakk
- 1 meðalstór laukur, saxaður
- 4 hvítlauksgeirar, saxaðir
- ½ pund ferskir sveppir, sneiddir
- 1 lárviðarlauf
- 1¼ tsk Salt
- ½ tsk Chili duft
- ½ tsk kúmenduft
- ¼ tsk kanill
- 8 aura tómatsósa
- Steinseljukvistar
- 12 kirsuberjatómatar
- ⅓ bolli Burgundy eða Rose Wine
- 1 egg

- 8 aura rjómaostur, mildaður
- 1 bolli Rjómaostur
- ½ bolli mulinn fetaostur
- ½ bolli ósaltað smjör, bræft
- 8 aura Phyllo Leaves
- ¼ bolli þurrt brauðmola
- Ferskir ávextir Kabobs

Leiðbeiningar

a) Blandið nautahakk, lauk og hvítlauk saman í stórri pönnu; elda, hrærið oft þar til nautakjöt missir bleika litinn. Hellið dreypi af.

b) Bætið við sveppum, lárviðarlaufi, salti, chilidufti, kúmendufti og kanil; eldið, hrærið oft, þar til sveppir eru mjúkir um það bil 5 mínútur. Hrærið tómatsósu og víni út í; elda, þakið, 10 mínútur, hrærið af og til.

c) Fjarlægðu lárviðarlaufið. Kælið á meðan ostafylling er útbúin. Blandið saman eggi og rjómaosti í meðalstórri skál, þeytið með hrærivél þar til slétt.

d) Hrærið kotasælu og fetaostum saman við og blandið saman. Penslið 13 x 9 tommu bökunarform með bræddu smjöri. Klæðið pönnuna með 1 blað af sætabrauði, passið sætabrauðið að útlínu pönnunar. (Bökuð kemur upp yfir brúnir pönnu.) Penslið sætabrauð með smjöri. Leggið 3 sætabrauðsblöð í viðbót í lag, penslið hvern með smjöri.

e) Stráið brauðmylsnu jafnt yfir. Skeið $\frac{1}{5}$af kjötfyllingu í lag yfir mola og $\frac{1}{5}$af ostafyllingu yfir kjöt. Settu 1 sætabrauðsplötu yfir ostafyllinguna, hrukkuðu til að passa inn í stærð pönnu; penslið með smjöri og leggið $\frac{1}{5}$af kjötinu yfir og $\frac{1}{5}$yfir ostafyllinguna.

f) Endurtaktu með 3 sætabrauðsblöðum til viðbótar, krumpaðu hverja, pensldu með smjöri og fylltu með fyllingum. Snúið botnbrauðsendunum yfir fyllinguna. Setjið hinar 8 sætabrauðsblöð slétt ofan á, penslið hvern með smjöri.

g) Notaðu spaða til að stinga efstu sætabrauðsplötunum um innanverða brúnir pönnu. Skorið toppinn létt með beittum hníf í tvennt eftir endilöngu og sjötta hluta þversum. (Ekki skera í gegn.) Bakið í hóflegum ofni (350 gráður F.) 1 klukkustund eða þar til toppurinn er gullinbrúnn. Kælið í að minnsta kosti 10 mínútur áður en skorið er eftir skoruðum línum. Setjið kirsuberjatómat á hvern af 12 litlum tréstönglum og stingið plokknum í miðju hvers skammts.

h) Skreytið með steinselju. Skreytið einstaka skammta með ferskum ávöxtum, ef vill.

63. Gullna pítubrauð

VIRKA 8 pítur

Hráefni

- 3 bollar (360 g) King Arthur óbleikt alhliða hveiti
- 2 tsk instant ger
- 2 tsk Easy Roll Dough Imrover
- 2 tsk kornsykur
- 1 1/2 tsk (9g) salt
- 1 bolli (227g) vatn
- 2 matskeiðar (25g) jurtaolía

Leiðbeiningar

a) Vigðu hveitið þitt; eða það með því að hella því varlega í bolla og sópa síðan af því sem umfram er. Blandið hveiti saman við restina af hráefnunum, blandið saman til að mynda rósa/gróft deig.

b) Hnoðið deigið, í höndunum (10 mínútur) eða með hrærivél (5 mínútur) eða með brauðvél (stillt á deighringrásina) þar til það er slétt.

c) Setjið deigið í létt smurða skál og leyfið því að hvíla í 1 klukkustund; það verður frekar þrútið, þó að það tvöfaldist kannski ekki. Ef þú hefur notað brauðvél, láttu vélina einfaldlega klára hringrásina.

d) Snúðu deiginu á létt olíuborið vinnuborð og skiptu því í 8 hluta.

64. Heimagerð grísk píta

Hráefni

- 1 tsk kornsykur

- Tveir 1/4-oz. pakkar virkt þurrger

- 13-1/2 oz. (3 bollar) óbleikt alhliða hveiti; meira til að rykhreinsa

- 13-1/2 oz. (3 bollar) heilhveiti

- 2 tsk kosher eða sjávarsalt; meira til að strá

- 1/3 bolli auk 2 msk. extra virgin ólífuolía

Leiðbeiningar

a) Búið til deigið: Hrærið sykrinum út í 1 bolla af volgu vatni í fljótandi mæli. Hrærið gerinu út í og setjið til hliðar þar til gerið er froðukennt, 5 til 10 mínútur.

b) Hrærið saman bæði hveiti og salti í skálinni með hrærivél. Búið til holu í miðjunni og hellið gerblöndunni, 1/3 bolla af olíunni og 1 bolli af volgu vatni í brunninn.

c) Blandið saman við deigkrókinn á lágum hraða þar til deigið verður slétt og teygjanlegt og safnast saman um krókinn, 4 til 5 mínútur.

d) Mótaðu deigið í kúlu með höndunum. Þurrkaðu blöndunarskálina af og settu deigið aftur í skálina. Dreifið deiginu með hinum 2 msk. olíu og snúið deiginu létt yfir allt.

e) Hyljið með klút og setjið til hliðar á heitum stað til að lyfta sér þar til tvöfaldast að stærð, um 1 klukkustund.

f) Loftið deigið varlega með höndunum, hyljið og látið það hvíla í 20 mínútur.

g) Mótið píturnar: Hvolfið deiginu á létt hveitistráðan borð. Skiptið deiginu í 12 jafna bita, um 3-3/4 oz. hver.

h) Mótaðu hvern bita í grófa kúlu og settu síðan hverja kúlu á ómjölataðan hluta af borðinu, helltu hendinni yfir hann og snúðu hendinni hratt yfir deigið. Svo lengi sem deigið er svolítið fast við borðið, mótar þessi hreyfing deigið í þétta, jafnt hringlaga kúlu.

i) Á hveitistráða hluta borðsins skaltu rúlla hverju stykki í 1/8 tommu þykka hring sem er um það bil 7 tommur í þvermál. Þegar þú klárar hverja umferð skaltu setja hana til hliðar á létt hveitistráðu yfirborði. Þegar allt deigið er rúllað, hyljið hringina með rökum klút (eða tveimur) og leyfið þeim að hvíla aftur í um það bil 1 klukkutíma—þau verða svolítið þykk en tvöfaldast ekki.

j) Á meðan skaltu setja grind neðst í ofninum og hita ofninn í 500°F.

k) Bakið píturnar: Stráið deighringjunum létt með salti. Raðið eins mörgum af hringjunum og passa án þess að skarast á órimaða, ósmurða ofnplötu og bakið þar til píturnar byrja að verða gullnar að ofan, 5 til 6 mínútur. Þegar hver lota kemur út úr ofninum skaltu stafla pítunum 3 eða 4 hátt og vefja inn í hrein eldhúshandklæði.

l) Berið fram strax eða látið kólna niður í stofuhita. Vel pakkað inn og geymist í 3 daga í kæli eða 6 mánuði í frysti. Hitið aftur í heitum ofni til að mýkjast áður en það er borið fram.

FOCACCIA

65. Epli focaccia

Afrakstur: 8 skammtar

Hráefni

Deig:

- 1 lítið epli, kjarnhreinsað og skorið í fjórða
- 2 bollar óbleikt hvítt hveiti, auk um það bil 2 teskeiðar til að hnoða
- ¼ tsk kanill
- 1 matskeið sykur eða 2 t hunang
- 1 Skammt t hraðhækkandi ger
- ¼ teskeið salt
- ⅓ til 1/2 C heitt kranavatn
- ⅓ bolli rúsínur

Fylling:

- 4 meðalstór epli
- Safi úr ½ sítrónu
- Klípa hvítan pipar
- Klípa negul

- Klípa kardimommur
- Klípa múskat
- Klípið malað engifer
- 1 t. vanilludropar
- ¼ til ⅓C. sykur eða hunang
- ¼ til ½ C. púðursykur eða
- 2 T melass
- 1 t. maíssterkja

Gljáður:

- 2 T. apríkósasulta eða niðursoðin
- 1 t. vatn

Leiðbeiningar

Deig:

a) Vinnið kvartað epli í matvinnsluvél í um það bil 20 sekúndur; flytja í sérstaka skál.

b) Bætið 2 C. hveiti, kanil, sykri eða hunangi, geri og salti ef þess er óskað í matvinnsluvélina; ferli 5 sekúndur. Bæta við unnu epli; ferli í 5 sekúndur til viðbótar. Þegar örgjörvinn er í gangi skaltu bæta ⅓C. heitu vatni smám saman í gegnum innrennslisrörið. Stöðvaðu vélina og láttu deigið hvíla í um 20 sekúndur. Haltu áfram að vinna og bæta við vatni smám saman í gegnum matarrörið þar til deigið myndar mjúka kúlu og hliðar skálarinnar eru hreinar. Púlsaðu 2 eða 3 sinnum í viðbót.

c) Stráið rúsínum og 1 T hveiti á hreint yfirborð. Snúið deiginu á yfirborðið og hnoðið í um það bil 1 mínútu til að blanda í rúsínur. Bætið við hveiti ef deigið er mjög klístrað.

d) Létt hveiti innan í plastpoka. Setjið deigið í poka, innsiglið og látið hvíla í 15 til 20 mínútur á heitum, dimmum stað.

e) Rúllið deigið í hring sem er 12 til 14 tommur í þvermál. Setjið í olíuborna pönnu eða eldfast mót. Hyljið með eldhúsþurrku og setjið til hliðar á heitum stað á meðan þú útbýr fyllinguna. Hitið ofninn í 400 gráður.

Fylling:

f) Kjarnið og sneiðið eplapappír þunnt. Stráið sítrónusafa yfir eplasneiðarnar. Bætið restinni af fyllingarefninu út í og blandið vel saman.

g) Skeið fylling í deigið. Bakið í 20 mínútur, snúið síðan pönnunni 180 gráður. Lækkið ofnhitann í 375 gráður og bakið í 20 mínútur til viðbótar, eða þar til eplin eru brún. Kældu á pönnu í 5 mínútur. Takið af pönnunni og kælið vel á grind.

Gljáður:

h) Bræðið sultu eða varðveitið í litlum potti. Bætið vatni út í og látið suðuna koma upp, hrærið kröftuglega. Penslið gljáa yfir eplin og berið fram.

66. Basic focaccia

Afrakstur: 4 skammtar

Hráefni

- 2¼ tsk Virkt þurrger
- 3 bollar Brauðhveiti
- ½ tsk Salt
- ½ tsk sykur
- 1 bolli vatn; plús
- 2 matskeiðar Vatn
- 1 matskeið Ólífuolía
- 2 matskeiðar Extra virgin ólífuolía
- 2 tsk Gróft salt
- Nýmalaður svartur pipar

Leiðbeiningar

a) Vélaraðferð (fyrir 2 bolla brauðvél): Öll innihaldsefni verða að vera við stofuhita, nema annað sé tekið fram.

b) Bættu við hráefnum, nema áleggi, í þeirri röð sem tilgreind er í handbók brauðvélarinnar. Stilltu brauðvél á deig/handvirka stillingu. Í lok dagskrár, ýttu á hreinsa/stöðva. Til að kýla deigið niður, ýttu á start og láttu hnoða í 60 sekúndur. Ýttu aftur á hreinsa/stöðva. Takið deigið út og látið standa í 5 mínútur áður en það er mótað í höndunum.

c) Ef brauðvélin þín er ekki með deig/handvirka stillingu skaltu fylgja venjulegri brauðgerðaraðferð, en láta deigið hnoða aðeins einu sinni. Í lok hnoðunarlotunnar ýtirðu á clear/stop. Látið deigið hefast í 60 mínútur, athugaðu eftir fyrstu 30 mínúturnar til að ganga úr skugga um að deigið lyftist ekki of mikið og snerti lokið. Ýttu á start og láttu vélina ganga í 60 sekúndur til að kýla deigið niður.

d) Ýttu aftur á hreinsa/stöðva. Takið deigið út og látið standa í 5 mínútur áður en það er mótað í höndunum.

e) Handmótunartækni: Stráið hveiti yfir hendurnar. Með fingurgómum, dreift deiginu jafnt í 13- X 9- X 1 tommu léttolíubökuð ofn. Hyljið með hreinum eldhúsklút. Látið hefast þar til tvöfaldast á hæð, um 30 til 60 mínútur.

f) Forhitið ofninn í 400F. Gerðu léttar dældir með fingurgómunum í yfirborðið á lyfta deiginu. Penslið með extra virgin ólífuolíu og stráið grófu salti og svörtum pipar yfir.

g) Bakið á neðri grind ofnsins í um það bil 30 til 35 mínútur, eða þar til gullið er brúnt. Látið kólna á pönnu. Skerið í tólf jafna bita og berið fram við stofuhita.

67. Basil spiral focaccia

Afrakstur: 8 skammtar

Hráefni

- 2½ tsk Virkt þurrger
- ½ bolli Heitt vatn
- ½ bolli Plus
- 2 matskeiðar vatn; stofuhiti
- ½ bolli Milt bragð ólífuolía
- 500 grömm óbleikt venjulegt hveiti
- 1½ tsk sjávarsalt (allt að)
- 3 matskeiðar Létt extra virgin ólífuolía
- 1 stórt búnt ferskt basil; um 1,5 til 2 bollar þétt pakkað laufblöð
- 1 matskeið Extra-virgin ólífuolía

Leiðbeiningar

a) Þeytið gerið út í volga vatnið í stórri skál; látið standa þar til rjómakennt, um 10 mínútur. Hrærið stofuhitavatninu og olíunni saman við.

b) Ef þú ert að búa til deigið í höndunum skaltu sameina hveitið og saltið, bæta því við í 2 viðbótum og hræra þar til deigið kemur vel saman. Hnoðið á létt hveitistráðu yfirborði í 4 til 5 mínútur, látið deigið hvíla í stutta stund og kláraðu að hnoða í aðra eða tvær mínútur. Deigið verður mjúkt og viðkvæmt eins og eyrnasnepill.

c) Ef þú ert að nota öfluga rafmagnshrærivél, notaðu spaðfestinguna til að blanda hveiti og salti í gerblönduna þar til þau mynda deig. Skiptið yfir í deigkrókinn og hnoðið í 2 til 3 mínútur, eða þar til deigið er eins mjúkt og eyrnasnepill.

d) FYRSTA HÆKJA: Setjið deigið í létt olíuað ílát, hyljið það vel með plastfilmu og látið hefast þar til það hefur tvöfaldast, um það bil 1 klukkustund til 1 klukkustund og 15 mínútur.

e) MÓTUN OG ÖNNUR HÆKING: Snúðu deiginu út á létt hveitistráðu vinnuborði og rúllaðu því með létt hveitistráðum kökukefli í 12 x 18 tommu ferhyrning sem er um $\frac{1}{4}$ tommu þykkur. Deigið rúllast auðveldlega út og lagast auðveldlega ef það rifnar. Til að fylla skaltu mála 2 til 3 matskeiðar af ólífuolíu yfir deigið – vertu viss um að bursta það vandlega, jafnvel ríkulega – og hylja síðan yfirborðið með þykku teppi af basilíkulaufum.

f) Rúllið deiginu upp frá langa endanum, eins og hlauprúlla. Smyrjið 10 x 4 tommu englamatarpönnu mjög vel og setjið deigið inn í það með saumahliðinni niður.

g) Bakstur: Að minnsta kosti 30 mínútum áður en þú ætlar að baka skaltu forhita ofninn í 200C/400F með bökunarsteini inni, ef þú átt einn.

h) Penslið toppinn á " sfoglierata " með 1 matskeið af ólífuolíu. Setjið pönnuna beint á steininn og bakið þar til gullið, um 40 mínútur. Látið kólna í 15 eða 20 mínútur, rennið síðan blaðinu á löngum þunnum hníf eða spaða á milli „ sfoglierata " og pönnuhliðanna og miðrörsins til að losa það. Sett á grind. Berið fram heitt.

68. Brauðvél focaccia

Afrakstur: 2 umferðir

Hráefni

- 1 pakki (1/4 oz.) virkt þurrger
- 3 bollar Brauðhveiti
- 1 tsk Sykur
- 1 bolli Plús 2 matskeiðar volgu vatni
- 3 matskeiðar Extra-virgin ólífuolía
- 1 matskeið Kosher salt
- Lauf af 2 rósmaríngreinum

Leiðbeiningar

a) Í þeirri röð sem framleiðandi brauðvélarinnar mælir með skaltu sameina ger, hveiti, sykur, salt og volgu vatni í ílátinu á vélinni þinni.

b) Stilltu vélina á deighringrásina og, ef þú hefur hæfileika, franskbrauðs- eða hvítbrauðsstillingu. Lokaðu hlífinni og ræstu vélina.

c) Þegar deigið er tilbúið og vélin gefur vísbendingu um lok lotunnar, flytjið deigið yfir á létt hveitistráð yfirborð og skiptið því í tvennt.

d) Mótaðu hvern helming í hringlaga disk og færðu diskana yfir á 1 stóra eða 2 litla bökunarplötu. Hyljið með plastfilmu og setjið til hliðar til að lyfta sér þar til tvöfaldast í magni, venjulega 45 mín til 1 klst. (Ekki hafa áhyggjur ef það tekur allt að 2 klukkustundir.)

e) Kýldu niður diskinn og dreifðu hverjum og einum í 8 til 9 tommu hring um það bil ½ tommu þykkt. Notaðu hnúana til að dæla ofan á deigið. Lokið og setjið til hliðar þar til það hefur hækkað og blásið, um 45 mín; aftur, allt að 2 klst er í lagi.

f) Forhitaðu ofninn í 425 F. Rétt fyrir bakstur skaltu nota hnúana til að dæla yfirborði hverrar focaccia aftur. Dreypið olíunni yfir hringinn og dreifið henni í götin með bakinu á skeið. Stráið focaccia með kosher salti og dreifið rósmarínblöðunum ofan á.

g) Bakið focaccia í efsta þriðjungi ofnsins í um 18 mín, eða þar til topparnir eru gylltir og botnarnir léttbrúnaðir og stökkir.

h) Flyttu yfir á vírgrind. Skerið í báta og berið fram í einu, eða látið kólna og pakkið inn síðar.

69. Ostur focaccia

Afrakstur: 12 skammtar

Hráefni

- 1 pund Loaf frosið brauðdeig; þiðnað
- 1 egg
- 1 bolli Kotasæla
- 2 matskeiðar parmesan
- $\frac{1}{2}$ tsk Þurrkuð basil
- $\frac{1}{2}$ tsk Þurrkuð oregano lauf
- $\frac{1}{4}$ tsk hvítlaukssalt
- $\frac{1}{4}$ tsk pipar
- $\frac{3}{4}$ bolli Tilbúin pizzasósa
- 3 aura Mozzarella

Leiðbeiningar

a) Skiptu brauðdeiginu í tvennt. Þrýstu og teygðu annan helminginn í smurt 13x9" bökunarform, ýttu deiginu upp á hliðina til að mynda grunna brún. Í skálinni þeytið eggið, hrærið afganginum saman við nema pizzasósu og mozzarella.

b) Dreifið jafnt yfir deigið. Teygðu afganginn af deiginu þannig að það passi í pönnuna, settu yfir fyllinguna og þrýstu á brúnir deigsins til að loka alveg. Látið hefast á heitum stað þar til tvöfaldast um 1 klst.

c) Dreifið pizzusósu jafnt yfir brauðdeigið, stráið mozzarella yfir.

d) Bakið 375, 30 mínútur þar til brúnirnar eru orðnar stökkar og osturinn bráðnar.

e) Kældu í 5 mínútur. Skerið í ferninga.

70. Auðveld jurta focaccia

Afrakstur: 24 skammtar

Hráefni

- 16 aura Pökkuð Hot Roll Mix
- 1 egg
- 2 matskeiðar ólífuolía
- ⅔ bolli rauðlaukur; Fínt saxað
- 1 tsk þurrkað rósmarín; Möltuð
- 2 tsk ólífuolía

Leiðbeiningar

a) Smyrðu létt tvö 9 x 1½ tommu kringlótt bökunarform, 15 x 10 x 1 tommu bökunarpönnu eða 12 til 14 tommu pizzupönnu. Setja til hliðar.

b) Undirbúið heita rúllublöndu í samræmi við pakkaleiðbeiningar fyrir grunndeigið, notið 1 eggið og setjið 2 matskeiðar olíuna í staðinn fyrir smjörlíkið sem kallað er á pakkann. Hnoða deig; leyfðu að hvíla eins og mælt er fyrir um. Ef þú notar kringlótt bökunarform skaltu skipta deiginu í tvennt; rúllaðu í tvær 9 tommu umferðir.

c) Eldið lauk og rósmarín á pönnu í 2 tsk af heitri olíu þar til það er mjúkt. Með fingurgómum, ýttu inndráttum á hverja tommu eða svo í deigið.

d) Toppið deigið jafnt með laukblöndunni. Lokið, látið lyfta sér á heitum stað þar til næstum tvöfaldast (um það bil 30 mínútur).

e) Bakið í 375 gráðu heitum ofni í 15 til 20 mínútur eða þar til gullið er.

f) Kælið í 10 mínútur á grind. Takið af pönnunni og kælið alveg.

71. Focaccia-grænmetisæta

Afrakstur: 8 skammtar

Hráefni

- Focaccia deig
- ½ pund spínat, soðið, tæmt
- ½ pund sveppir, sneiddir
- 2 bollar fituskert ricotta ostur,
- 4 aura fituskert mozzarella ostur
- ¼ bolli steinselja, fersk, söxuð
- 1 eggjahvíta eða eggjavara

Leiðbeiningar

a) Tæmdu ricotta ostinn. Rúllið deigið í 12x9 ferhyrning. Smyrjið með spínati, síðan ricotta, síðan sveppum, svo mozzarellaosti. Rúlla upp.

b) Lokaðu brúnunum með eggjahvítu eða eggjavara. Mótið í hring og innsiglið hring endar með eggjahvítu eða eggjavara. Penslið toppinn með eggi. Bakið við 350 gráður í um 40 mínútur.

72. Herbed laukfocaccia

Afrakstur: 1 skammtur

Hráefni

- 2¾ bolli alhliða hveiti
- 1 pakki Rapid Rise ger
- 2½ tsk Þurrkuð oregano lauf; mulið
- ½ tsk Salt
- 1 bolli mjög heitt vatn; (120-130)
- ¼ bolli Ólífuolía
- 2 matskeiðar Ólífuolía
- 1 egg
- 1½ bolli Þunnt skorinn laukur
- 1 tsk rósmarín; (valfrjálst)
- 1 tsk Gróft salt; (valfrjálst)

Leiðbeiningar

a) Í stórri skál blandið saman 1-¾ bollar hveiti, Óuppleyst ger, oregano og salt. Hrærið vatni og 2 msk ólífuolíu út í þurrefnin. Hrærið eggi og nægu hveiti út í til að verða stíft deig. Lokið látið hvíla í 10 mínútur.

b) Á meðan bætið við ¼ bolla af ólífuolíu í stórri pönnu og hitið þar til hann er heitur, bætið lauknum við í 3 til 4 mínútur þar til hann er mjúkur ekki brúnn.

c) Setjið til hliðar til að kólna aðeins. Dreifið deiginu í olíuborið 13 X 9 X 2 tommu bökunarpönnu með örlítið smurðum höndum. Gerðu litlar dældir í yfirborð deigsins með fingri eða enda tréskeiðar. Dreifið frátekinni laukblöndu jafnt yfir deigið.

d) Stráið grófu salti og rósmaríni yfir ef vill. Hyljið lauslega með plastfilmu og látið lyfta sér á heitum stað þar til tvöfaldast að stærð um 30 mínútur og bakið við 400° í 25 mínútur þar til það er tilbúið. bera fram heitt

ÚÐBRAuð

73. Graskerfræ alfalfa spíra brauð

Afrakstur: 15 skammtar

Hráefni

- 1 pakki ger
- 2½ bolli Betra fyrir brauðhveiti
- 1 bolli Hveiti
- 2 matskeiðar Glúten
- 1¼ tsk Salt
- ⅓ bolli Fitulaus þurrmjólk
- 1 bolli Alfalfa spíra; 11 únsur.
- ½ bolli graskersfræ; pakkað/grænt ósaltað
- 2 matskeiðar jurtaolía
- 1 matskeið hunang
- 1½ bolli Mjög heitt vatn

Leiðbeiningar

a) Bættu við öllu hráefninu í þeirri röð sem skráð er, veldu hvítt brauð á brauðvélinni og ýttu á „Start".

74. Spíra brauð

Afrakstur: 1 skammtur

Hráefni

- ¾ bolli Vatn
- 2 matskeiðar Smjörlíki/smjör
- 1 matskeið Sykur
- 1½ tsk Salt
- ½ bolli Spíruð hveitiber
- 2½ bolli Brauðhveiti
- 3 matskeiðar Fitulaus þurrmjólk
- 1½ tsk ger

Leiðbeiningar

a) Um það bil 2-3 dögum (fer eftir hitastigi) áður en þú vilt baka brauðið þitt skaltu leggja ½ bolla af hveitiberjum í bleyti í köldu vatni yfir nótt.

b) Notaðu krukku sem er þakið ostaklút eða spírunarkrukku. Í morgunrennsli.

c) Skolaðu og tæmdu að minnsta kosti 2 sinnum á dag eða oftar þar til "halar" birtast. Halar geta verið á bilinu ⅛-¼ tommu langir. Hveitiberjaspírur ættu ekki að vera lengri en berin sjálf.

75. Hveitispírabrauð

Afrakstur: 2 skammtar

Hráefni

- 2 bollar heitt vatn
- 2 tsk Malt
- 2 matskeiðar melass
- 1 matskeið ger
- 5 bollar hart heilhveiti
- ½ pund (um 2 c) hveitispíra
- 1 tsk Salt
- 2 matskeiðar mysuduft (val)
- 3 matskeiðar Olía
- 1½ msk sojamjöl

Leiðbeiningar

a) Blandið saman vatni, geri, sætuefnum og tveimur bollum af hveiti.

b) Látið sitja þar til það er freyðandi, bætið síðan við afganginum af hráefninu og hnoðið vel, geymið eða bætið við smá hveiti til að fá góða teygjanlega áferð.

c) Látið hefast í olíuhúðuðu skálinni, mótið í brauð og látið hefast aftur. Bakið við 350 F í 45 mín.

FLÖTT BRAUÐ

76. Spínatfyllt brauð

AFKOMA: 20-24

Hráefni

- 3 bollar 100% heilhveiti
- 2 bollar ferskt spínat, snyrt og smátt saxað
- 1 bolli vatn
- 1 tsk gróft sjávarsalt

Leiðbeiningar

a) Blandið saman hveiti og spínati í matvinnsluvél. Þetta verður að mola blanda.

b) Bætið við vatninu og salti. Vinnið þar til deigið verður að klístrað kúlu.

c) Flyttu deigið í djúpa skál eða á létt hveitistráða borðplötuna þína og hnoðið í nokkrar mínútur þar til það er slétt eins og pizzadeig. Ef deigið er klístrað, bætið þá aðeins meira hveiti við. Ef það er of þurrt skaltu bæta við aðeins meira vatni.

d) Dragðu af deiginu á stærð við golfkúlu og rúllaðu honum á milli beggja lófa til að móta hann í kúlu. Þrýstu því á milli beggja lófa til að fletja það aðeins út og rúllaðu því út á létt hveitistráðu yfirborði þar til það er um 5 tommur í þvermál.

e) Hitið þunga pönnu yfir meðalháum hita. Þegar það er orðið heitt, setjið Paratha á pönnuna og hitið í 30 sekúndur, þar til það er bara nógu stíft til að snúa við en ekki alveg hart eða þornað.

f) Eldið í 30 sekúndur á hinni hliðinni. Á meðan, smyrjið létt yfir hliðina sem snýr upp, snúið henni við, smyrjið létt á hina hliðina og steikið báðar hliðar þar til þær eru aðeins brúnar.

77. Ostur og kryddjurtabrauð

Afrakstur: 2 skammtar

Hráefni

- 1 pakki ger
- ¼ bolli Heitt vatn
- 2 matskeiðar smjörlíki
- 1 matskeið Sykur
- 1½ tsk Salt
- ¾ bolli Mjólk - brennd
- 3 bollar alhliða hveiti
- 2 matskeiðar Laukur - saxaður
- ¼ bolli smjörlíki - bráðið
- ½ tsk Oregano
- ½ tsk paprika
- ¼ tsk sellerífræ
- ¼ tsk hvítlaukssalt
- ½ tsk basil

- 1 bolli Cheddar ostur, rifinn

a) Mýkið gerið í ¼ bolli af volgu vatni.

b) Blandið saman 2 msk smjörlíki, sykri, salti og sviðaðri mjólk í blöndunarskálina. Kælt til volgt.

c) Hrærið gerinu út í mjólkurblönduna. Bætið hveiti smám saman við til að mynda stíft deig. Þú gætir þurft ekki allt hveitið. Hnoðið á hveitistráðu yfirborði þar til slétt og satínkennt; 4 til 5 mínútur.

d) Setjið í smurða skál og snúið ofan á. Lokið og látið lyfta sér þar til það er ljóst; um 45 mínútur.

e) Skiptið deiginu í tvennt. Þrýstu hverju stykki í 9 tommu böku eða kökuform.

f) Blandið saman lauk, ¼ bolli bræddu smjörlíki, oregano, papriku, sellerífræi, hvítlaukssalti og basil. Dreifið yfir deigið. Stráið osti yfir jafnt. Stungið hvern með gaffli á nokkrum stöðum.

g) Látið hefast í um 30 mínútur eða þar til það er orðið ljóst.

h) Bakið í 375 gráðu heitum ofni í 20 til 25 mínútur þar til þær eru gullinbrúnar.

i) Berið fram á meðan enn er heitt.

78. Skörpótt maís flatbrauð

Afrakstur: 1 skammtur

Hráefni

- 1 bolli Brún hrísgrjónamjöl + til viðbótar til að rykhreinsa brauð
- 1½ tsk Kornað ger
- 2 tsk sykur
- 1½ bolli heitt vatn (110F)
- 1 bolli maísmjöl
- ½ bolli maíssterkju
- 2 tsk Xantham gum duft
- 1 til 1 1/2 tsk salt
- 2 stór egg, við stofuhita
- 1 matskeið maísolía

Leiðbeiningar

a) Blandið saman ½ bolla af hrísgrjónamjöli, ger, sykri og ½ bolla af volgu vatni í 2 bolla glasamáli; hrærið til að blanda saman, látið síðan hvíla á heitum stað þar til rúmmálið hefur tvöfaldast, um það bil 10 mínútur.

b) Klæddu stóra bökunarplötu með bökunarpappír og teiknaðu tvo 8 tommu hringi á það.

c) Blandið ½ bolli af hrísgrjónamjöli, maísmjöli, maíssterkju, xantangúmmídufti og salti saman í stóra skál; blandað til að blanda saman.

d) Þeytið egg létt; settu til hliðar 1 matskeið til að bursta toppa af brauðum. Bætið hinum 1 bolla af volgu vatni og maísolíu út í eggin. Notaðu tréskeið til að hræra egg- og gerblöndunum í hveiti og þeytið þar til það er slétt. Notaðu gúmmíspaða til að dreifa mjúku deiginu í hringi á merktan smjörpappír og hrúga því aðeins upp í miðjuna.

e) Hyljið brauðin létt með smurðri plastfilmu og látið hefast þar til þau tvöfaldast, um það bil 1 klukkustund.

f) Forhitið ofninn í 425F.

g) Þeytið nokkra dropa af vatni í frátekið þeytt eggið og penslið yfir brauð. Dustið létt með hrísgrjónamjöli. Notaðu rakvélarblað til að skera toppa af brauði í stórt demantarristarmynstur.

h) Bakið í 20 mínútur, þar til það er vel brúnt.

79. Eþíópískt flatbrauð (injera)

Afrakstur: 15 skammtar

Hráefni

- 3 bollar sjálfhækkandi hveiti
- ½ bolli Heilhveiti
- ½ bolli maísmjöl eða masa harina
- 1 matskeið Virkt þurrger
- 3½ bolli Heitt vatn

Leiðbeiningar

a) Blandið saman og látið stífna í stórri skál, þakið, í klukkutíma eða lengur þar til deigið lyftist og verður teygjanlegt. Það getur setið allt að 3-6 klst.

b) Þegar það er tilbúið skaltu hræra í deiginu ef vökvi hefur sest á botninn. Þeytið síðan í blandara, 2 bolla af deigi í einu, þynnið það með ½ - ¾ bolli af vatni. Deigið verður frekar þunnt.

c) Eldið á steikarpönnu ÁN OLÍU við miðlungs eða meðalháan hita.

d) Notaðu ½ bolla deig á hverja injera fyrir 12 tommu pönnu eða ⅓ bolla deig fyrir 10 tommu pönnu.

e) Hellið deiginu í upphitaða pönnu og hrærið pönnu hratt til að dreifa deiginu eins þunnt og hægt er. Deigið ætti ekki að vera þykkara en $\frac{1}{8}$ tommu. Ekki snúa við. Injera festist ekki auðveldlega eða brennur.

f) Hann er soðinn í gegn þegar loftbólur birtast út um allt.

g) Leggðu hverja injera á hreint handklæði í eina eða tvær mínútur, staflaðu síðan í þakið fat til að halda hita.

80. Ítalskt flatbrauð (focaccia)

Afrakstur: 1 skammtur

Hráefni

- 2½ bolli alhliða hveiti; Til 3 C
- 2¼ matskeið Virkt þurrger; Eða Quick Rise Yeas
- 1 matskeið Sykur
- 1 matskeið Salt
- 1 bolli heitt vatn
- 1 matskeið Olía
- ½ bolli Saxaður laukur
- 2 matskeiðar Smjör eða smjörlíki
- ¼ matskeið sykur
- ⅛ matskeið Salt

Leiðbeiningar

a) Í stórri hrærivélarskál, blandaðu 1½ c. hveiti, ger, 1 t. sykur og 1 t.

b) salt; blandið vel saman. Bætið vatni og olíu við hveitiblönduna. Blandið á lágum hraða þar til það er rakt; þeytið 3 mínútur á meðalhraða.

c) Hrærið í höndunum smám saman nægu hveiti sem eftir er til að deigið verði þétt. Hnoðið á hveitistráðu yfirborði í 5 til 8 mínútur, bætið hveiti við eftir þörfum. Setjið í smurða skál, snúið að smurtoppi. Þekja; látið lyfta sér á heitum stað í um 40 mínútur (20 mínútur fyrir Quick Rise ger).

d) Útbúið laukálegg. Á lítilli pönnu, steikið laukinn í smjöri þar til hann er mjúkur.

e) Hrærið ⅓t saman við. sykur og ⅛ t. salt.

f) Kýlið niður deigið. Á létt hveitistráðu yfirborði mótið deigið í kúlu.

g) Setjið á smurða kökuplötu. Fletjið út í 10 tommu hring. Með borðhníf, skera hring í deigið um 1 tommu frá brún, skera næstum í gegnum köku lak. Stungið miðjuna með gaffli. Dreifið laukáleggi yfir stungið deigið.

h) Þekja; látið lyfta sér á heitum stað í um 30 mínútur (15 mínútur fyrir Quick Rise). Bakið við 375 gráður. í 25 til 30 mínútur þar til þær eru gullinbrúnar.

TORTILLAS

81. Blámaís tortillur

Afrakstur: 4 skammtar

Hráefni

- 1½ bolli Blámaísmjöl
- 1½ bolli sjóðandi vatn
- ¾ til 1 bolli alhliða hveiti

Leiðbeiningar

a) Blá maís er ein af mörgum mismunandi maístegundum sem Hopi og Pueblo indíánarnir rækta. Það er á litinn frá gráu til bláu til næstum svörtu og er notað í brauð, dumplings, sósur og í drykki. Blámaís tortillur eru jafnan gerðar án salts, eins og hér að neðan, því salt er talið hylja fullt en fíngert bragð bláa maíssins.

b) Þessar tortillur eru mjúkar að borða og alls ekki harðar. Vegna þess að þau innihalda smá hveiti, eru þau einnig tiltölulega auðveld í meðförum; þú getur klappað þeim út með höndunum og rúllað þeim síðan upp í jafna þykkt ef þarf. Þau eru elduð fljótt á heitri ósmurðri pönnu, síðan vafið inn í handklæði til að vera mjúk og heit þar til þau eru tilbúin til að borða.

c) Þú þarft meðalstóra skál, pönnu eða þunga pönnu sem er að minnsta kosti 8 tommur í þvermál og kökukefli.

d) Setjið maísmjöl í skál og hellið sjóðandi vatni yfir. Hrærið til að blanda vel saman. Látið sitja í fimmtán mínútur. Blandið út í hálfan bolla af öllu hveiti. Helltu þessari blöndu út á brauðbretti sem er dreift með ¼ bolla af hveiti. Hnoðið í 2 til 3 mínútur, blandið ¼ bolla af hveiti í deigið (og ef þarf, notaðu aðeins meira). Deigið verður mjúkt en alls ekki sterkt. Setjið deigið aftur í skálina og lokið. Látið hvíla í 30 mínútur. Skiptið deiginu í átta hluta.

e) Á milli vel hveitistráðra lófa, búðu til flatar kringlóttar kökur úr hverjum átta og settu til hliðar. Hitið pönnu þína yfir miðlungs háan hita og vertu viss um að hún sé heit áður en þú eldar fyrstu tortilluna.

f) Flettu tortillu varlega út á vel hveitistráðu yfirborði (þar sem deigið er frekar klístrað) þar til það er um það bil 7 til 8 tommur í þvermál. (Okkur finnst auðveldast að klappa deiginu fyrst út með fingrunum eða á milli lófanna og rúlla svo tortillu út í það síðasta bara til að gera það einsleitt á þykkt).

g) Eldið tortillana eins og þú myndir gera hveititortilla, um það bil eina mínútu á hvorri hlið. Tortillurnar verða brúnar á báðum hliðum. Þegar það er soðið skaltu fjarlægja og pakka inn í eldhúshandklæði. Settu einn ofan á annan.

82. Ostur og maístortillur

Afrakstur: 6 skammtar

Hráefni

- 16 aura Fitulítill kotasæla
- 1 bolli niðursoðinn kjarnamaís
- 6 aura rifinn, fituskertur cheddar ostur
- ¼ bolli niðurskorinn grænn laukur
- 2 matskeiðar Saxaður ferskur kóríander
- ¼ tsk mexíkóskt krydd
- 6 hveiti tortillur (6")
- ½ bolli Salsa

Leiðbeiningar

a) Forhitið ofninn í 350 Smyrjið 9 x 13 tommu bökunarform Blandið fyrstu 6 hráefnunum saman en geymið ½ bolli cheddar ostur. Skeið um ½ bolli af blöndu niður í miðju hverrar tortillu Rúllaðu og raðaðu saumhliðinni niður í bökunarformi

b) Toppið með salsa og afganginum af ½ bolli cheddarosti Bakið við 350° í 30 mínútur

83. Korn tortillur

Afrakstur: 12 skammtar

Hráefni

- 2 bollar maísmjöl Tortilla blanda
- $1\frac{1}{4}$ bolli vatn; Hlýtt

Leiðbeiningar

a) Blandið saman tortillublöndu og vatni með höndum þar til öll tortillablönduna er vætt og deigið hreinsar hlið skálarinnar. Hyljið með röku handklæði; látið hvíla í 10 mínútur. Skiptið deiginu í 12 1 tommu kúlur. Fyrir hverja tortillu skaltu setja 1 kúlu á vaxpappírsferning; fletja aðeins út.

b) Hyljið með öðrum vaxpappírsferningi. Rúllaðu í 6 tommu hring. Fjarlægðu efsta vaxpappírsferninginn. Hitið ósmurða pönnu eða pönnu við meðalháan hita þar til hún er heit.

c) Settu tortilla í pönnu, með vaxpappírshliðinni upp. Eldið 30 sekúndur; fjarlægðu strax vaxpappír. Haltu áfram að elda tortillu þar til hún er þurr í kringum brúnina, um 1 mínútu. Snúið við og eldið hina hliðina þar til hún er þurr, um það bil 2 mínútur. stafla tortillum, setja vaxpappír á milli þeirra. Hyljið með röku handklæði.

84. Fitulausar hveiti tortillur

Afrakstur: 12 tortillur

Hráefni

- 4 bollar Alhliða hveiti
- 2 tsk lyftiduft
- 1½ tsk Salt
- 4 matskeiðar fitulaust majónes
- 1¼ bolli Heitt vatn

Leiðbeiningar

a) Blandið saman hveiti, lyftidufti og salti í stórri skál. Hrærið vel saman. Bætið fitulausu majónesi út í og notið sætabrauðsblöndunartæki (eða gaffal) og blandið þar til hveitiblandan virðist vera gróf í gegn.

b) Bætið heitu vatni út í og hrærið vel. Hnoðið í auka hveiti. Lokið og látið standa í 10 mínútur.

c) Settu járngrillinn yfir miðlungs til meðalháan hita. Rífið deigstykki af, rúllið í kúlu (u.þ.b. 2½").

d) Á vel hveitistráðu borði skaltu rúlla deiginu út í hringlaga flatt form eins þunnt og mögulegt er (minna en ⅛" þykkt) um það bil 6" í þvermál. Bætið við meira hveiti ef deigið er klístrað. Settu tortilla á upphitaða pönnu og leyfðu henni að kúla aðeins. hitað í um það bil 1-2 mínútur.

e) Snúið tortillu og brúnið hina hliðina um það bil 1 mínútu lengur. Ef tortilla hefur brúnast á breytilegum blettum og hefur ekki deiglíka áferð, þá er það tilbúið.

85. Heimabakaðar hveiti tortillur

Afrakstur: 1 skammtur

Hráefni

- 5 bollar hveiti
- 3 tsk lyftiduft
- 2 tsk Salt
- ¼ bolli Olía
- 2¼ bolli Heitt vatn

Leiðbeiningar

a) Hitið pönnu eða þunga pönnu yfir meðalhita. Blandið saman hveiti, lyftidufti, salti og olíu í stóra skál.

b) Vinnið þessa blöndu í um það bil 1 mínútu. Bætið heita vatninu út í, smá í einu, þar til mjúkt deig hefur myndast. Deigið ætti að vera þétt og teygjanlegt; ef það er klístrað, bætið þá aðeins meira hveiti við.

c) Lokið og látið hvíla í 5 mínútur. Myndaðu deigið í flatar, þykkar kúlur um það bil 2½ tommu í þvermál. Flettu út einn í einu, með kökukefli, mótaðu hringi um 6 tommur í þvermál. Rúllaðu aðeins á aðra hliðina; ekki snúa deiginu, annars verður það klístrað.

d) Setjið hvern hring á heita pönnu í nokkrar sekúndur, þar til hann er rétt að byrja að brúnast. Snúið við og brúnið hina hliðina. Settu tortillurnar hver ofan á aðra. Ekki smyrja pönnu.

e) Notaðu spaða, eða fingur, til að snúa tortillunum á meðan þú eldar.

86. Fitulítil tortilla flögur

Afrakstur: 48 franskar

Hráefni

- Matreiðslusprey fyrir grænmeti
- 8 6-in hveiti eða maístortillur
- Salt, opt.
- Hvítlauksduft, opt.
- Chili duft, opt.

Leiðbeiningar

a) úða bökunarplötur með spreyi. skera hverja tortillu í sex báta; raða bátum í eitt lag á bökunarplötu. úðaðu létt með matreiðsluúða, stráðu síðan salti, hvítlauksdufti eða chilidufti eftir smekk.

b) bakað í 10 til 12 mínútur í forhituðum 350°F ofni. eða þar til stökkt.

87. Spænsk tortilla

Afrakstur: 6 skammtar

Hráefni

- 3 kartöflur afhýddar og skornar í sneiðar
- 4 meðalstór egg
- 4 matskeiðar Ólífuolía
- Salt eftir smekk

Leiðbeiningar

a) Hitið olíu á pönnu, lækkið hitann og steikið kartöflurnar rólega þar til þær eru frekar mjúkar. Snúið og „sneiðið" á þær oft með skeið eða málmspaða.

b) Skafið pönnu svo ekkert festist. Lyftið soðnum kartöflum í skál, bætið örlítið þeyttum eggjum og salti saman við, blandið létt saman og setjið aftur á pönnuna (bætið við smá olíu ef engin er eftir). Eldið hægt þar til loftbólur byrja að birtast ofan á, eða það virðist hálfeldað.

c) Losaðu af pönnunni með spaða ef þarf. Setjið disk ofan á, hvolfið tortillu á pönnu og rennið henni svo af á pönnu til að elda á hinni hliðinni. Ætti að vera traustur þegar hann er búinn. Fjarlægðu af pönnunni á sama hátt.

88. Heilhveiti tortillur

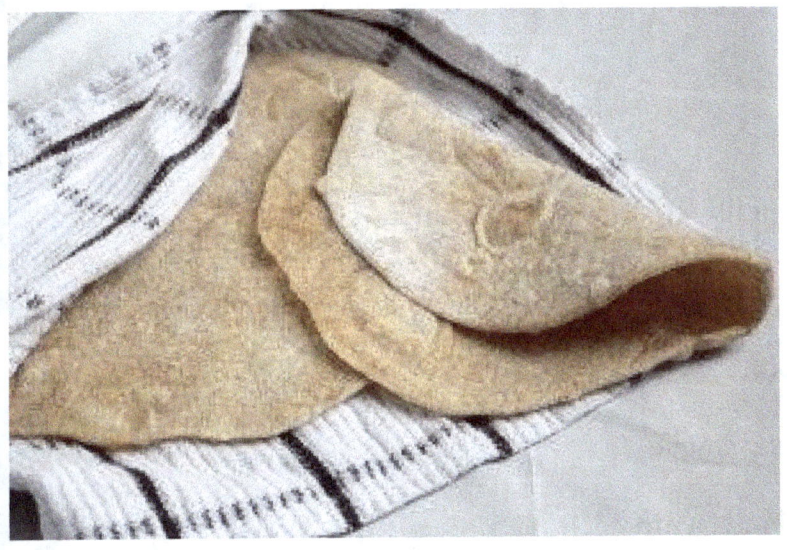

Afrakstur: 6 skammtar

Hráefni

- ½ bolli Heilhveitibrauðshveiti
- ½ bolli Heilhveiti deigsmjöl
- ¼ tsk Salt
- 1½ tsk sesamolía
- ½ bolli Heitt vatn
- Auka hveiti/hnoða

Leiðbeiningar

a) Hrærið saman hveiti og salti í meðalstórri skál. Hellið olíu yfir og dreifið henni jafnt með gaffli. Bætið við vatni og hrærið blönduna til að mynda deig.

b) Snúið deiginu út á létt hveitistráð yfirborð og hyljið með viskustykki. Þvoið og smyrjið skálina létt.

c) Hnoðið deigið vandlega, stráið hveiti aðeins á hnoðunarflötinn eftir þörfum til að deigið festist ekki. Þegar deigið er slétt og seigur, mótið í kúlu, setjið aftur í skálina og hyljið með röku handklæði og disk.

d) Skiptið deiginu í 6 jafnstóra kúlur. Á meðan þú vinnur með eina bolta skaltu halda hinum huldu. Með kökukefli skaltu rúlla hverri kúlu í hring sem er 9 til 10 tommur á þvermál. Stafla á milli vaxpappírs og kápa.

e) Hitið ósmurða en vel kryddaða pönnu þar til vatnið síast.

f) Settu tortillu á pönnu og eldaðu í 20 sekúndur, þar til botninn er aðeins brúnaður og loftbólur birtast á yfirborðinu. Snúðu og eldaðu í 15 til 20 sekúndur í viðbót - tortillan ætti samt að vera mjúk og teygjanleg.

g) Vefjið strax inn í viskustykki og hyljið með hvolfi skál.

h) Eldið og pakkið inn tortillunum sem eftir eru á sama hátt. Berið fram heitt.

MAÍSBRAuð

89. Appalachian maísbrauð

Afrakstur: 6 skammtar

Hráefni

- 1 bolli alhliða hveiti
- 1 bolli maísmjöl
- 2 matskeiðar Sykur
- 4 tsk lyftiduft
- 1 tsk Salt
- 1 bolli Mjólk
- $\frac{1}{4}$ bolli olía (amma notaði bráðið svínafeiti)
- 1 egg; örlítið barinn

Leiðbeiningar

a) Smyrjið ríkulega 8x8 pönnu (eða steypujárnspönnu) og setjið hana inn í ofninn til að heita á meðan þú blandar brauðinu saman.

b) Blandið saman hveiti, maísmjöli, sykri, lyftidufti og salti í meðalstórri skál.

c) Hrærið restinni af hráefnunum saman við, þeytið í höndunum BARA þar til það hefur blandast vel saman.

d) Hellið deiginu í heita, tilbúna pönnu. Bakið í 18-22 mínútur, eða þar til tannstöngull sem stungið er í miðjuna kemur hreinn út.

e) Skerið í ferninga og berið fram heitt.

90. Blá maísbrauð

Afrakstur: 1 pönnu

Hráefni

- 1 bolli Blá maísmjöl
- 1 bolli alhliða hveiti
- 3 matskeiðar Sykur
- 2 tsk lyftiduft
- ½ tsk Salt
- 5⅓ matskeið ósaltað smjör, mýkt
- 1 egg
- 1¾ bolli mjólk

Leiðbeiningar

a) Forhitið ofninn í 325 gráður F. Smyrjið 9-X-13 tommu bökunarpönnu eða 2 kornstöngpönnur.

b) Blandið saman maísmjöli, hveiti, sykri, lyftidufti og salti í stórri skál.

c) Blandið saman smjöri, eggi og mjólk í sérstakri skál.

d) Hrærið blautu hráefnunum smám saman út í þurrefnin. Blandið vel saman.

e) Setjið deigið með skeið í tilbúna pönnuna og bakið þar til það er stíft í 25 til 30 mínútur ef þú notar rétthyrnd bökunarpönnu, eða 15 til 20 mínútur ef þú notar maíspönnur.

91. Ostur maísbrauð

Afrakstur: 18 skammtar

Hráefni

- 3 bollar Steinmalað gult maísmjöl
- 3 bollar óbleikt hveiti
- $2\frac{1}{2}$ msk lyftiduft
- 2 matskeiðar Sykur
- $1\frac{1}{2}$ tsk Salt
- 5 egg
- $\frac{3}{4}$ bolli Safflower eða maísolía
- $3\frac{1}{2}$ bolli súrmjólk
- 2 bollar Cheddar ostur skarpur, rifinn

Leiðbeiningar

a) Blandið saman maísmjöli, hveiti, lyftidufti, sykri og salti í blöndunarskál; blandið vel saman. Þeytið egg í sitthvoru lagi með olíu og súrmjólk.

b) Bætið með osti við maísmjölsblönduna, hrærið nógu mikið til að allt hráefnið blandist vel saman. Skeið í tvö 8 x 12" smurð bökunarform.

c) Bakið í 425 gráðu heitum ofni í 20 til 25 mínútur eða þar til maísbrauð eru brún í kringum brúnina og þétt viðkomu. Skerið í ferninga og berið fram heitt.

92. Karabíska habanero maísbrauð

Afrakstur: 9 skammtar

Hráefni

- 1 bolli Gult maísmjöl
- 1 bolli hveiti; alhliða
- 1 matskeið Sykur
- 2½ tsk lyftiduft
- ½ tsk Salt
- ¼ bolli salatolía
- 1 stórt egg
- 1 dós Rjómaís; (8 1/2 oz.)
- ½ bolli Fitulítil jógúrt
- ½ bolli Monterey Jack ostur; tætt
- 2 matskeiðar Habanero chiles ; hakkað
- 2 matskeiðar Anaheim chilipipar; hakkað

Leiðbeiningar

a) Í stórri skál, hrærið til að sameina maísmjöl, hveiti, sykur, lyftiduft og salt.

b) Bætið við olíu, eggi, maís, jógúrt, osti, habaneros og hrærið þar til innihaldsefnin eru jafn vætt.

c) Hellið deiginu í olíuða 8 tommu fermetra pönnu. Bakið í 375 F ofni þar til brauðið er gullbrúnt og byrjar að dragast frá hliðum pönnu, 30-35 mínútur.

93. Gulrótar maísbrauð

Afrakstur: 9 skammtar

Hráefni

- 1 bolli hveiti, til allra nota
- 1 bolli maísmjöl
- ¼ bolli sykur
- 3 tsk lyftiduft
- 1 tsk Salt
- ¼ bolli smjör, mildað
- 1 egg; barinn
- 2 miðlungs gulrætur; skrældar og rifnar
- 1 bolli súrmjólk

Leiðbeiningar

a) Sigtið fyrstu 5 hráefnin; skera í smjör þar til blandan hefur blandast saman. Setja til hliðar.

b) Sameina egg, gulrætur og súrmjólk; bætið við maísmjölsblönduna, hrærið vel.

c) Setjið deigið með skeið í létt smurt 9" ferningaform. Bakið við 425 gráður í 20 mínútur eða þar til það er léttbrúnt. Kælið aðeins; skerið í ferninga til framreiðslu.

94. Spergilkál maísbrauð

Afrakstur: 18 skammtar

Hráefni

- 2 kassar Jiffy maísbrauð blanda
- 1 Askja frosið saxað spergilkál
- 4 egg, þeytt
- ½ bolli Saxaður laukur
- ¾ bolli Kotasæla

Leiðbeiningar

a) Tæmdu maísbrauðblönduna í blöndunarskálina. Bætið þíddu spergilkáli, eggjum, lauk og kotasælu út í.

b) Blandið saman með skeið þar til allt hráefni hefur blandast saman.

c) Hellið í smurt 9" x 13" fat.

d) Bakið við 400 í forhituðum ofni í 30 mínútur eða þar til toppurinn er aðeins brúnn.

95. Basil maísbrauð

Afrakstur: 16 skammtar

Hráefni

- 1 bolli maísmjöl
- 1 bolli óbleikt hveiti
- 2 matskeiðar kornsykur
- 4 tsk lyftiduft
- $\frac{3}{4}$ teskeið Salt
- $\frac{1}{4}$ tsk Svartur pipar
- 1 eggjahvíta, þeytt
- 1 bolli undanrennu
- $\frac{1}{4}$ bolli eplamósa
- 3 matskeiðar basil

Leiðbeiningar

a) Forhitið ofninn í 350.

b) Útbúið 8" ferningur bökunarpönnu með eldunarspreyi og hveiti. Blandið saman maísmjöli í skál. Hveiti, sykur, lyftiduft, salt og pipar. Blandið saman eggjahvítu, mjólk, eplasósu og basilíku í annarri skál. Þurrt hráefni með blautu hráefninu þar til það er rakt. Dreifið deiginu í tilbúna pönnu.

c) Bakið í 18 til 22 mínútur, eða þar til toppurinn er ljós gullinn.

96. Basic maísbrauð

Afrakstur: 8 skammtar

Hráefni

- 2 bollar maísmjöl
- ½ bolli Heilhveiti
- ⅓ bolli Haframjöl
- ⅓ bolli hirsi hveiti
- 4 tsk lyftiduft
- 2 bollar hrísgrjónamjólk
- 4 matskeiðar Frosinn eplasafi
- Einbeita, þíða
- 3 tsk Egg Replacer, vel þeyttur með 4 msk vatni

Leiðbeiningar

a) Hitið ofninn í 375 gráður. Blandið maísmjölinu, hveiti og lyftidufti saman við og setjið til hliðar. Blandið afganginum saman við og hellið þurrefnunum yfir. Brjótið saman stuttlega. Hellið í nonstick 8 tommu fermetra pönnu.

b) Bakið í 30 mínútur, eða þar til tannstöngull sem stungið er í miðjuna kemur hreinn út.

97. Chile ostur maísbrauð

Afrakstur: 16 skammtar

Hráefni

- 1 bolli Gult maísmjöl
- 1 bolli alhliða hveiti
- 1 msk (plús 1 tsk) lyftiduft
- ¼ tsk Salt
- ¼ bolli fitulaust þurrmjólkurduft
- 1 matskeið Sykur
- 1 bolli Vatn
- ½ bolli Frosinn eggjavara, þíddur
- 2 matskeiðar jurtaolía
- ¾ bolli (3 oz.) HEILBRIGÐ VAL Fitulausir cheddarrif
- 1 dós (4 oz.) Saxaður grænn chili tæmd
- Matreiðslusprey fyrir grænmeti

Leiðbeiningar

a) Sameina fyrstu 6 hráefnin í miðlungs skál; búið til holu í miðju blöndunnar.

b) Blandið saman vatni, eggjum og olíu; bætið við þurrefnunum, hrærið aðeins þar til það er rakt.

c) Hrærið osti og grænum chiles út í, hellið deiginu í 8 tommu ferningaform sem er húðað með matreiðsluúða. Bakið við 375 gráður í 30 mínútur eða þar til gullið.

98. Svartur pipar maísbrauð

Afrakstur: 12 skammtar

Hráefni

- 1-pint gult maísmjöl
- 1 pint alhliða hveiti
- ¼ bolli sykur
- 3 matskeiðar lyftiduft
- 2 tsk Salt
- ¼ bolli Nýmalaður svartur pipar
- 1-pint mjólk
- 4 meðalstór egg; Vel sleginn
- ¼ bolli Bráðið smjör

Leiðbeiningar

a) Hitið ofninn í 400°F: Smjörið 8 tommu fermetra pönnu með 2 tommu háum hliðum.

b) Blandið saman fyrstu 6 hráefnunum í stórri skál.

c) Blandið mjólk saman við egg og bræddu smjöri í lítilli skál. Hellið mjólkurblöndunni yfir þurrefnin og hrærið aðeins þar til það er rakt: ekki blanda saman. Hellið deigi í tilbúna pönnu.

d) Bakið maísbrauð þar til það er ljósbrúnt og prófunartæki kemur hreint út, um 25 mínútur.

e) Kælið maísbrauð á pönnu. Brjótið og myljið maísbrauð, smyrjið á bökunarform og leyfið að þorna í 24 klukkustundir áður en það er notað til að búa til fyllingu.

99. Svart pönnu maísbrauð

Afrakstur: 1 skammtur

Hráefni

- 1 egg, létt þeytt
- 2 súrsuðum Jalapenos, söxuð
- 1 bolli fínt maísmjöl
- 1 bolli hveiti
- 1 matskeið sykur
- 1 tsk lyftiduft
- ½ tsk matarsódi
- salt
- 1 bolli súrmjólk
- ½ bolli frosinn maís - þiðnið
- 1 bolli rifinn appelsínu cheddar ostur
- 2 matskeiðar bráðið smjör

Leiðbeiningar

a) Hitið ofninn í 375 gráður. Smyrðu 9 - 10 tommu steypujárnspönnu eða 9 tommu fermetra pönnu.

b) Blandið saman maísmjöli, hveiti, sykri, lyftidufti, matarsóda og salti í stóra skál.

c) Í fljótandi 2 bolla eða lítilli skál, blandið egginu og súrmjólkinni saman við.

d) Hrærið súrmjólkurblöndunni saman við þurrt hráefni. Bætið maís, ⅔bolla af Cheddar osti og söxuðum Jalapenos saman við.

e) Hrærið bræddu smjöri saman við og blandið varlega saman við. Hellið deiginu í tilbúna pönnu og toppið með restinni af cheddarostinum. Bakið í 20-25 mínútur eða þar til brotið er niður og stunginn hnífur kemur hreinn út.

f) Látið kólna í 5 mínútur og takið af pönnunni á kæligrindi.

100. Appalachian maísbrauð

Afrakstur: 6 skammtar

Hráefni

- 1 bolli alhliða hveiti
- 1 bolli maísmjöl
- 2 matskeiðar Sykur
- 4 tsk lyftiduft
- 1 tsk Salt
- 1 bolli Mjólk
- $\frac{1}{4}$ bolli olía (amma notaði bráðið svínafeiti)
- 1 egg; örlítið barinn

Leiðbeiningar

g) Smyrjið ríkulega 8x8 pönnu (eða steypujárnspönnu) og setjið hana inn í ofninn til að heita á meðan þú blandar brauðinu saman.

h) Blandið saman hveiti, maísmjöli, sykri, lyftidufti og salti í meðalstórri skál.

i) Hrærið restinni af hráefnunum saman við, þeytið í höndunum BARA þar til það hefur blandast vel saman.

j) Hellið deiginu í heita, tilbúna pönnu. Bakið í 18-22 mínútur, eða þar til tannstöngull sem stungið er í miðjuna kemur hreinn út.

k) Skerið í ferninga og berið fram heitt.

NIÐURSTAÐA

Markmið bakara er að umbreyta tiltölulega bragðlausri hveitisterkju í sætt, marglaga bragð eða að kalla fram sem mestan möguleika á bragði úr korninu, á sama tíma og hann skilur hvernig á að stjórna tíma og hitastigi á öllum stigum brauðgerðar. Hendur, augu, eyru, lykt, skynfæri, skapandi snerting og reynsla bakarans gegna einnig hlutverki í endanlegri velgengni hvaða uppskrift sem er.

Að búa til brauð heima hefur jafnan verið kunnátta sem allir heimamenn þekktu. Það er ekki eins vinsælt þessa dagana, hins vegar hefur það aldrei verið auðveldara að byrja! Að geta búið til bragðgott brauð fyrir þig og fjölskyldu þína er virkilega gefandi og heilbrigt áhugamál. Það er líka eitthvað sem þú heldur áfram að læra. Það er aldrei of mikil þekking og jafnvel reyndir bakarar læra á hverjum degi.

www.ingramcontent.com/pod-product-compliance
Lightning Source LLC
Chambersburg PA
CBHW071123130526
44590CB00056B/786